truyện ngắn

Nước Mỹ: Những Mảnh Ghép Rời

Võ Phú

2020

Nước Mỹ: Những Mảnh Ghép Rời

bìa: ảnh chụp ở Fort Mc.Henry, Maryland, USA.
trình bày: Võ Phú
tựa: nhà văn Phong Thu
chỉnh tả: nhà văn Linh Vang
góp ý bản thảo: nhà văn Đinh Lê Vũ
xuất bản: NXB Nhân Ảnh
ISBN: 9781989924358

liên lạc: Võ Phú
5508 Impala Drive
Henrico, VA 23228
phuvophotography@gmail.com
phu.vo@vcuhealth.org
(804) 370 - 0215

Nước Mỹ: Những Mảnh Ghép Rời

kính tặng ba, mẹ, và gia đình (anh, chị, em)

riêng vợ và hai con: Kim Phước Lê, Lamson & Levian

Richmond
Virginia, 2020

Nước Mỹ: Những Mảnh Ghép Rời

Võ Phú chân thành cám ơn:

- nhà văn: Phong Thu
- nhà văn: Linh Vang
- nhà văn: Đinh Lê Vũ
- nhà thơ Lê Hân cùng NXB Nhân Ảnh
- anh Nguyễn N. Quang, chị Du Hạ
- cùng gia đình và bạn bè gần xa

Mục Lục

mở

Hơn hai mươi lăm năm trước, tôi, một cậu bé mười lăm tuổi cùng mẹ và bốn anh em trai rời bỏ quê hương, nơi chôn nhau cắt rốn, để đến một đất nước hoàn toàn xa lạ, nước Mỹ. Lúc ấy, tôi nghĩ mình đã là người lớn và có thể đi làm để giúp đỡ gia đình như các anh. Tôi không hề biết rằng ở đất nước này những trẻ em dưới 18 tuổi đều bắt buộc phải đến trường để đi học. Học, đối với tôi là một cực hình vì nỗi ám ảnh còn đọng lại trong những tháng ngày trên quê hương.

Bây giờ, hai mươi lăm năm sau, tôi ngồi xếp lại những mảnh ghép của cuộc đời, kỷ niệm buồn vui, về những ngày tháng "chân ướt chân ráo" đến đất nước này ngõ hầu chia sẻ cùng gia đình, người thân, và bạn đọc một vài câu chuyện nho nhỏ về đất nước và con người ở nơi đây, Nước Mỹ!

Xin trân trọng gởi đến gia đình, người thân, và quý bạn đọc xa gần những "mảnh ghép rời" trong hơn hai mươi lăm năm chúng tôi sống ở Mỹ.

Võ Phú
042020

đôi nét về hình bìa

Tháng Năm ở Hoa Kỳ có ngày lễ Chiến Sĩ Trận Vong (Memorial Day) là ngày để tưởng nhớ và vinh danh những chiến sĩ đã hy sinh bảo vệ đất nước. Trong dịp lễ này, gia đình nhỏ chúng tôi đi dã ngoại và viếng thăm thành phố Baltimore, tiểu bang Maryland. Một trong những nơi mà chúng tôi đến đó là Pháo Đài McHenry, địa điểm trọng yếu trong chiến tranh vào năm 1812-1814 giữa Hoa Kỳ và Anh Quốc... Nơi đây, một luật sư trẻ, tên Francis Scott Key đã cảm xúc khi thấy quốc kỳ Hoa Kỳ tung bay sau một trận chiến tơi bời của một đêm mưa gió bão bùng đã viết thành một bài thơ, sau này được phổ nhạc và trở thành quốc ca của nước Mỹ. Bài hát "The Star-Spangled Banner" (tạm dịch "Lá Cờ Chói Lọi Ánh Sao"). Cả nhà chúng tôi đi xem di tích lịch sử của pháo đài, chụp hình lưu niệm. Xong, trở lại bảo tàng xem một đoạn phim tài liệu ngắn về cuộc chiến tranh giữa Mỹ-Anh vào năm 1812 và sự ra đời của quốc ca Hoa Kỳ...

Khi phim vừa kết thúc, tiếng trống từ pháo đài vang lên. Mọi người trong kháng phòng đứng dậy, tay để trên ngực, và bản quốc ca Hoa Kỳ được cất tiếng hát:

"O say can you see, by the dawn's early light,

What so proudly we hailed at the twilight's last gleaming..."

Bài hát được nhạc sĩ Vũ Đức Nghiêm viết lời Việt:

"Ô! Kìa bầu trời cao

Phấp phới bay cờ sọc sao

Dù trời sáng hay ban chiều

*Nhìn cờ bay với bao tự hào"**

Màn hình trong khán phòng được kéo lên hướng về phía lá cờ nơi pháo đài. Từ pháo đài, chúng tôi thấy lá quốc kỳ nước Mỹ tung bay trên bầu trời...

Cảm giác xúc động khó tả làm chúng tôi rơm rớm nước mắt... Riêng cô con gái Levian của chúng tôi thì lại khóc òa lên và nói:

"Ba ơi, thật là buồn..."

Nhìn lá cờ tung bay trên bầu trời xanh, tôi đã ghi lại cảm xúc của mình và chọn làm hình bìa cho tập truyện này. Xin cám ơn những người lính đã vì đất nước hy sinh. Cám ơn ngày Chiến Sĩ Trận Vong. Và, cám ơn nước Mỹ, đất nước đã cưu mang gia đình chúng tôi.

Phong Thu:

Võ Phú Với Tác Phẩm:

" Nước Mỹ: Những Mảnh Ghép Rời"

Hơn mười năm trước, tôi tình cờ gặp Võ Phú, một sinh viên dáng người nhỏ nhắn, vui tính và hồn nhiên trong những buổi sinh hoạt văn học nghệ thuật. Anh cũng thật sôi nổi và năng động trong sinh hoạt của nhóm sinh viên học sinh và cộng đồng Việt Nam vùng Thủ Đô Hoa Thịnh Đốn. Chúng tôi quen biết và mến nhau ngay buổi ban đầu gặp gỡ dù tuổi tác khá chênh lệch. Anh hăng hái kể cho tôi nghe sinh hoạt văn học của mình và tặng cho tôi tạp chí "Kết Đoàn" do nhóm sinh viên trẻ khởi xướng và anh là một trong những biên tập viên cho tạp chí nầy. Rồi bỗng dưng, Võ Phú vắng bóng trong một thời gian khá lâu. Chúng tôi đã mất liên lạc nhau.

Ngày ra mắt quyển sách "Mưa Nắng Bên Đời" của nhà văn Yên Sơn đến từ Texas, tại Mason District, Virginia vào tháng 9 năm 2018, tôi là diễn giả chính bình luận quyển sách của Yên Sơn, tôi đã gặp lại Võ Phú. Thật lòng tôi rất vui và cảm động vì gặp lại anh. Đối với những người trẻ tuổi thuộc thế hệ như chúng tôi, nếu không rèn luyện, học hỏi, đọc sách và tìm cho mình một phong cách viết có sức rung cảm, thuyết phục người đọc thì có mấy ai quan tâm đến. Những người thuộc thế hệ trước có tên tuổi từ lâu, họ rất ít khi nhìn xuống cho dù con dốc cuộc đời đã cuốn đi tất cả ánh hào quang của họ. Võ Phú đã học xong đại học, anh thành đạt, lập gia đình và có hai cháu, một trai một gái. Hạnh phúc anh có được, là một chặng đường đầy gian nan, thử thách mà chàng trai trẻ phải trải qua trong gian khó. Điều làm cho tôi quý anh hơn là anh vẫn miệt mài say mê tiếng Việt, muốn bảo tồn văn hóa Việt Nam và đã trở thành một nhà văn.

Hôm nay, tôi hân hạnh được chọn làm nhà phê bình quyển sách "Những Mảnh Ghép Rời" của Võ Phú sắp xuất bản.

Đây là quyển Bút Ký, xen lẫn những truyện ngắn, viết theo dạng ghi chép, cắt rời theo từng mẩu chuyện mà tác giả ghi nhớ trong suốt thời gian rời bỏ quê hương định cư trên đất nước Hoa Kỳ cho đến hiện nay. Nội dung thật bình dị được chuyển tải đến người đọc bằng ngôn ngữ đơn giản, nhẹ nhàng, không trau chuốt, không làm dáng. Cứ như thế, Võ Phú dã dẫn dắt người đọc đi vào cuộc đời anh với những trang sách được mở rộng để chúng ta khám thế giới xung quanh mà anh đã trải nghiệm và tìm hiểu sâu sắc về nội tâm của mình.

Câu chuyện "Những Ngày Đầu Ở Mỹ" đã ghi lại hình ảnh một cậu bé mười lăm tuổi theo mẹ và anh em rời bỏ quê hương yêu dấu để đoàn tụ với cha tại Hoa Kỳ. Trong tâm hồn thơ ngây, vô tư, không vướng bận lo âu, cậu chỉ mong gia đình sum họp. Đó là niềm hạnh phúc lớn nhất mà cậu mơ ước. Như một chú nai tơ lạc vào thế giới xa lạ, cậu nhìn khung cảnh mùa thu, làng xóm, đường sá, xe cộ, chợ búa, những cửa hàng xa hoa, lộng lẫy mà thầm cảm ơn đất nước đã cưu mang mình và gia đình. Cảm giác thèm được uống một chai Coca Cola mát lạnh tê tê đầu lưỡi, ăn một quả lê ngọt lịm của những ngày đầu tiên đến Mỹ là một trong những niềm vui và cũng là kỷ niệm cậu không bao giờ quên. Như hầu hết những người Việt Nam mới sang Mỹ, gia đình cậu dù phải sống chung với rất nhiều gia đình khác trong một căn nhà chật chội, không có sự riêng tư nhưng họ đã đùm bọc, chia sẻ cho nhau trong những ngày tháng còn thiếu thốn. Nhưng điều khó khăn nhất là ngôn ngữ khác biệt, cậu đã phải vật lộn với Anh Ngữ trong một thời gian khá lâu mới có thể hoàn thành chứng chỉ Trung Học và chuẩn bị vào Đại Học. Hình ảnh những cô giáo tốt bụng như Tiến Sĩ Eleanor Shumaker, cô giáo Susan J. Gonzales, anh Lý, anh Tùng, Mai, anh Mẫn, Rachel, Hải hay những người bạn Mỹ như James, Marc, John, Mike...v..v.. những người mà Phú ghi nhớ trong đời đều để lại cho tác giả những dấu ấn đậm nét trong tâm hồn mình.

Khác với vóc dáng bé nhỏ của mình, Phú đã sớm nhận thức được rằng mình phải biết tự lo cho bản thân. Cậu phải đạp xe đi tìm việc làm và nghề đầu tiên mà cậu làm là cắt cỏ cho một người Mỹ ở đầu xóm. Với tính siêng năng, cần mẫn, thích học hỏi và lương thiện, cậu đã chiếm được cảm tình của người chủ nhà. Sau ba năm vừa đi học trung học, vừa làm nghề cắt cỏ, người chủ nhà rộng lượng tốt bụng đã tặng cho cậu một số tiền năm trăm đôla. Đó là món quà đầu tiên làm cho cậu nhớ mãi người cựu quân nhân Mỹ từng tham gia chiến tranh Việt Nam đã tặng cậu làm hành trang vào đại học.

Bức tranh xã hội Hoa Kỳ đã được Phú đưa vào tập truyện của mình cứ lần lượt theo tháng năm trôi đi để từ một cậu bé nhút nhát, ngây thơ, Phú đã trơ thành một sinh viên Đại Học dầy dạn, đầy tự tin và đã trở thành người chồng, người cha của hai đứa trẻ thật dễ thương. Tác giả hội nhập xã hội, nền văn minh Hoa Kỳ một cách nhanh chóng và thuần thục. Trong từng câu chuyện kể, nội dung không bao hàm sự kiêu ngạo, khoe khoang, cũng không có một chút mặc cảm tự ti về thân phận thấp kém của mình. Là một người tự trọng, có trách nhiệm đối với bản thân và xã hội, Phú vừa đi làm, vừa đi học để không biến mình trở thành gánh nặng cho gia đình và xã hội.

Những góc khuất nhỏ bé, khiêm nhường của đời sống những người khuyết tật và vô gia cư, không nhà, không cửa, những người già sống trong viện Dưỡng Lão một mình đã được ghi lại bằng những tình cảm thân ái và chia sẻ. Chúng ta cũng sẽ nhận ra những mảng ghép rời của thời sinh viên, sinh hoạt, học tập, vui chơi, giải trí của những người bạn sinh viên Việt Nam trong trường Đại Học thật lành mạnh và vui nhộn. Tất cả thời gian sống trên đất nước Hoa Kỳ, đời sống của Phú cứ êm ả, bình dị, nồng ấm tình người và chứa chan niềm tri ân với tất cả những ai từng quen biết và làm việc với Phú.

Với lối viết tự thuật, phương pháp sử dụng ngôn ngữ đơn giản, bình dị như chính tâm hồn chất phác, đôn hậu của mình, nhà văn trẻ Võ Phú đã chinh phục được người đọc trong câu chuyện "Đôi Cánh Lớn Vẫn Còn Rung" viết về câu chuyện gia đình của một người mẹ già và hai người con. Tác giả đã phê phán lối sống ỷ lại, lợi dụng và ăn bám vào cha mẹ và trợ cấp xã hội của một số người Việt Nam đến Hoa Kỳ bằng nghệ thuật so sánh, ví von đầy hình tượng như sau:

"Từ đâu, một đàn chim bay tới gắp những quả dâu chín mọng để ăn. Trong đàn chim ấy, tôi thấy có một con sáo nọ rung đôi cánh lớn từng chập, từng chập và miệng luôn ríu rít kêu... Có lẽ con chim vừa mới lớn, nên chưa biết cách gắp những trái dâu nọ để ăn? Bên cạnh, một con chim khác, có phần nhỏ hơn con chim kia (có thể là chim mẹ), liên tục hái những quả dâu mọng đỏ, mớm cho con.

Nhìn hai mẹ con chim, tôi lại nghĩ đến hai mẹ con bà Hoa. Chắc có lẽ, cha mẹ người Việt luôn nghĩ dù con có lớn đến thế nào đi nữa, trong mắt họ, con vẫn cần sự giúp đỡ dù một việc rất nhỏ. Giống như con sáo đang lớn kia, nó chỉ cần bỏ những quả dâu vào miệng là có thể no bụng. Vậy mà nó vẫn há mồm ra chờ chim mẹ mớm cho. Mẹ cha lúc nào cũng thế! Chắc vì lẽ ấy, cho dù đứa con đã đủ lông đủ cánh, có thể tự chăm sóc bản thân, nhưng vẫn còn muốn rung đôi cánh để nhờ mẹ, nhờ cha." (trang 165-166).

Cho dù xa quê hương đã lâu, nhưng những món ăn quê nhà như nước mắm, bông bí, phở, chả giò, bánh tét, bánh chưng... vẫn là món ăn mà Phú thích nhất. Võ Phú thuộc thế hệ thứ hai, không biết gì về chiến tranh Việt Nam, nhưng Phú lại ý thức được vận mệnh của dân tộc và nhớ quê hương với niềm khắc khoải, cho dù, quê hương đối với Phú đã xa mờ và chỉ còn in đậm một quá khứ đau buồn đã bỏ lại sau lưng. Nỗi niềm này được khắc họa trong câu chuyện "Con Diều Việt Nam" mang hình ảnh lá cờ vàng ba sọc đỏ trong cuộc dự thi

"Viết Về Nước Mỹ" do Việt Báo tổ chức và Võ Phú đã được trao giải Đặc Biệt.

Rồi trong một đêm ngồi xem chương trình văn nghệ mừng Xuân của sinh viên trong trường Đại Học Virginia Commonwealth, Phú thật sự xúc động và cảm thấy nhớ nhà, nhớ quê hương da diết khi nghe lại bài hát "Xuân Nầy Con Không Về" Phú đã khóc. Rồi cả đêm băn khoăn trăn trở không ngủ được, trong lúc nhớ quê hương, Võ Phú đã viết bài thơ:

Con Dế Nhớ Nhà

Đêm tĩnh lặng...
Con dế rầu, than vãn
tâm sự buồn có ai để sẻ chia?
tiếng nấc, nghẹn, đem giấu hết trong lòng
chợt trào tuôn giữa đêm khuya cô tịch...
Bao năm rồi con dế buồn lẻ bạn
bơ vơ trôi
xa lạc đến xứ người
giữa đất trời mênh mông như vô tận
chẳng thấy đâu hình bóng của quê nhà.
Đêm tĩnh lặng....
con dế sầu tư lự
kẻ đi xa,
người ở lại: Ai buồn?
Nghe nghẹn ngào, đau nhói nơi lồng ngực
Con dế buồn mong có bạn sẻ chia
Đêm tĩnh lặng...
Con dế sầu, gọi bạn

nghe tiếng lòng: nấc, nghẹn, giữa đêm khuya
Bao năm rồi cố chôn vào dĩ vãng
Bỗng đêm nay: Trực chỉ để tuôn trào
Đêm tĩnh lặng....
Con dế buồn cất tiếng
nghe não lòng của kẻ xa... Quê Hương!
(trang 102 -Hội Sinh Viên Việt Nam)

Đọc tác phẩm "Những Mảnh Ghép Rời", chúng ta có thể hình dung ra được thế hệ trẻ tại hải ngoại như Võ Phú mạnh mẽ, giàu nghị lực, thông minh và ý thức được trách nhiệm đã thành đạt trên xứ người.

Đọc tác phẩm "Những Mảnh Ghép Rời" để tìm thấy bóng dáng của những thanh thiếu niên Việt Nam biết giữ gìn phẩm hạnh, đạo đức, lòng trung hậu, sự biết ơn để chinh phục trái tim của người bản xứ.

"Những Mảnh Ghép Rời" là hình ảnh thu nhỏ, ghi chép lại cuộc hành trình mưu sinh của mỗi người chúng ta trên đất nước Hoa Kỳ.

Phong Thu
Maryland 04/15/2019

Những Ngày Đầu Ở Mỹ

Mẹ và năm anh em chúng tôi đến phi trường Washington National Airport vào một đêm mưa gió. Trên tay mỗi người chúng tôi đều mang một cái túi ni lông màu trắng có ghi chữ IOM (International Organization for Migration), bên trong là hồ sơ bệnh lý và phim chụp hình phổi của mỗi người. Đến đón chúng tôi gồm có ba tôi, anh Lý - người anh em cô cậu với chúng tôi và anh Tùng - một người bạn thuê phòng chung với ba.

Vừa ra khỏi phi trường, mưa và gió tạt vào người. Chúng tôi ai cũng co ro trong chiếc áo mỏng. Mưa một lúc một nặng hạt.

Anh Lý và anh Tùng dặn cả nhà chúng tôi đứng trước cổng để hai anh chạy đi lấy xe đón chúng tôi về. Chiếc xe hiệu Mercury đời sáu mươi chín màu vàng kem của ba vừa trờ tới để đón chúng tôi. Anh Lý và anh Tùng giúp chúng tôi chất đồ lên xe. Sau khi bỏ tất cả hành lý xong, anh Tùng lái chiếc xe của ba đi được một đoạn, chừng vài mét, chiếc xe bỗng giật giật vài nhịp rồi tắt lịm. Nó nằm ì ra đó như một chiếc xe tăng trong viện bảo tàng. Ba tôi nhờ anh Lý gọi xe đến câu về nơi sửa chữa mà anh quen biết. Rồi gia đình chúng tôi gọi thêm xe taxi chở về.

Về đến nhà, chúng tôi thay đồ và nằm lăn ra sàn nhà ngủ.

Sáng hôm sau, tôi dậy sớm rón rén mở cửa chính đi ra ngoài hít thở không khí. Trong căn phòng nhỏ mà ba thuê quá ngột ngạt. Vừa mở cửa ra, hơi lạnh lùa vào cho tôi có một cảm giác rất dễ chịu. Tôi mang đôi dép lê và đi dạo trước sân vườn. Những cọng cỏ xanh còn ướt đẫm sương đêm liếm vào đôi chân nhồn nhột, ẩm ướt, nhưng rất thích. Tôi đưa mắt nhìn quanh khu vườn trước sân nhà. Bên phải là những khóm hoa hồng đỏ thắm, xung quanh là thảm cỏ xanh được cắt tỉa gọn gàng. Bây giờ là vào thu, lá bắt đầu đổi màu, những màu vàng đỏ của lá phong đu đưa trước nắng sớm như một bức tranh. Tôi nhìn đến mê mẩn. Một cơn gió nhẹ thổi qua, chiếc lá phong đỏ già xoay tròn rơi xuống đất. Tôi đi đến nhặt chiếc lá lên, ngắm nhìn. Sau đó mở cửa phòng vào nhà gọi anh tôi dậy. Tôi khoe với anh tôi lượm được chiếc lá đẹp. Anh mở mắt nhìn chiếc lá, nhìn tôi. Anh hất tay tôi ra và nói:

- Mệt mày quá, để cho tao ngủ. Sao mày không ngủ? Dậy sớm chi vậy?

- Dạ tại em không ngủ được...

Tôi rón rén lục va li hành lý tìm chiếc áo ấm mỏng để mặc. Khoác áo xong, tôi mở cửa ra khỏi nhà và đi dạo quanh xóm. Buổi sáng trong xóm im lặng. Tôi có thể nghe tiếng thì thầm của gió, của lá phong rơi. Không như ở Việt Nam, trời vừa hửng sáng là bao nhiêu tiếng bóp còi inh ỏi của xe cộ, tiếng rao bán hàng, tiếng gà gáy, tiếng chó sủa và vô số tiếng ồn khác. Đang đi dạo một hồi, tôi nghe tiếng chó sủa. Sợ tiếng chó sủa làm thức giấc mọi người, nên tôi trở về nhà.

Mọi người trong nhà đã thức giấc, gần hết. Khi tôi mở cửa bước vào, trong phòng khách rất nhiều người lạ. Tôi không biết họ là ai cho đến khi ba tôi giới thiệu và giải thích cho mẹ cùng các anh tôi. Vốn dĩ, căn nhà nhỏ mà ba thuê phòng chung gồm có bốn phòng, ba tôi thuê một phòng, anh Tùng (người đón chúng tôi ở phi trường) một phòng, chú Hạnh một phòng, và gia đình chị Ngọc Anh gồm bốn người một phòng. Sau hồi chào hỏi, ba tôi mở tủ lạnh ra lấy sữa, cereal, chuối và bánh ngọt cho chúng tôi ăn sáng. Lần đầu tiên tôi thấy mọi người ăn sáng với sữa và chuối. Tôi đứng im nhìn Ngọc Hồng và Ngọc Hà, hai đứa con gái của chị Ngọc Anh, ăn. Tôi nghĩ bụng: "Buổi sáng mà ăn lạnh vậy chút xíu sẽ đau bụng cho coi". Tôi thường nghe Nội tôi nói vậy khi bà còn sống với chúng tôi. Nhìn chén sữa với cereal và chuối nổi lềnh bềnh, tôi không thể nào ăn được. Tôi thèm một gói xôi đậu hay một cái bánh ú đầu đường hơn những thứ mà ba đã đưa cho chúng tôi ăn. Tôi hỏi ba:

- Ba ơi có cơm nguội không?

Chị Ngọc Anh và mọi người nhìn tôi cười. Ba nói:

- Làm gì có cơm nguội. Có cơm nóng được không?

- Dạ được.

Ba tôi bới cho tôi một chén cơm và xịt ít nước tương đưa cho tôi. Cơm của Mỹ có khác, hạt cơm trắng tưng và thơm. Tôi ăn một hơi hết sạch chén. Sau đó còn bới thêm mấy chén nữa. Ăn sáng xong, anh Tùng gọi mấy anh em chúng tôi lại và nói:

- Hôm nay xe của ba mấy đứa còn đang sửa chắc không xong đâu. Thôi để anh chở mấy đứa đi vòng vòng siêu thị Mỹ cho biết nhé?

Chúng tôi được anh Tùng chở đến một siêu thị gần nhà. Lần đầu trong đời tôi được thấy siêu thị với đủ loại rau quả xếp ngăn nắp và sạch đẹp đến vậy. Anh Tùng nói với chúng tôi:

- Mấy đứa muốn ăn gì thì cứ lấy nhé. Đừng lo, mấy thứ trái cây này rẻ lắm...

Nhìn những quả táo, quả lê, quả cam vv…vv… tôi thèm lắm, nhưng còn sợ nên chưa dám hỏi. Thấy tôi đứng nhìn những quả lê xanh, anh vội lấy túi bỏ vào gần chục trái và hỏi mấy anh em tôi còn thích mua gì không anh mua cho. Anh tôi mua thêm vài trái táo đỏ, một bịch nho xanh và một ít bánh ngọt. Sau đó anh Tùng chở chúng tôi về nhà rồi anh đi làm.

Về đến nhà, tôi lấy một trái lê xanh lên ngắm. Nhìn trái lê xanh trên tay, nước mắt tôi lại ứa ra. Tôi nhớ lại quãng thời gian trước cách đây vài năm khi tôi còn ở Việt Nam.

Hè năm đó, tôi ra nhà dì ở để phụ ngoại và dì tôi làm những việc vặt trong nhà như lau chùi bàn ghế, rửa tách trà, dọn dẹp nhà cửa và nấu thuốc. Nhà ngoại tôi bán thuốc Bắc, nên mỗi sáng đều dậy sớm để ngâm thuốc và nấu thuốc hoặc vò những viên thuốc tễ bán cho bệnh nhân. Nhà tôi nghèo và để kiếm tiền sắm quần áo cho năm học mới, nên mỗi dịp hè đến mẹ gởi anh em chúng tôi mỗi đứa một nơi để phụ việc. Hôm đó dì thuê người đến đốn cây vú sữa trước cổng. Cây vú sữa già không trái và có rất nhiều kiến vàng. Những cành cây vú sữa sau khi hạ xuống, dì nhờ tôi kéo ra bỏ ở con song Dinh cách nhà chừng mười phút. Trưa hè trời nóng và đám kiến bị động nên chúng cứ bu vào người cắn đau rát. Tôi vừa phủi kiến vừa và cố sức kéo ra sông cho mau xong việc để nhận tiền thưởng của dì. Đang làm giữa chừng thì bà ngoại đi chợ trên thị trấn về mua cho đứa em họ, con gái duy nhất của dì, một trái lê xanh. Con bé được cưng chiều từ nhỏ, muốn gì được nấy, nên coi thường anh em chúng tôi và chẳng bao giờ xem chúng tôi là anh cả. Nó cầm trái lê trên tay nhâm nhi ăn và mặt còn xấc xấc chọc tức tôi. Nó nói:

- Có người làm bị kiến vàng cắn mà không được ăn lê Mỹ vừa giòn vừa ngọt. Trái lê đã gì đâu. Ui trời ơi thơm quá...

Rồi nó đi qua đi lại trước mặt tôi, nói tiếp:

- Có người cả đời này cũng không có tiền mua nổi một trái lê mà ăn. Tội nghiệp ghê chưa?

Nó cứ nhại đi nhại lại ra vẻ tội nghiệp. Nghe tức quá, tôi bỏ việc và ra trước thềm nhà ngồi khóc. Tôi khóc và ước ao phải chi mình có tiền mình mua thật nhiều trái lê để ăn cho bõ ghét. Giờ đây, cầm trái lê trên tay, nước mắt tôi lại rơi. Hôm đó tôi ăn một lúc năm trái lê và bỏ cả cơm trưa.

Chúng tôi ở nhà ăn trái cây và bánh ngọt mà anh Tùng mua cho. Đến chiều, ba lái chiếc xe hiệu Mercury về. Ba chở cả gia đình bảy người chúng tôi đi chợ Việt Nam để mua thức ăn trong tuần. Ba lái xe, mẹ ngồi trước. Còn phía sau là năm anh em trai chúng tôi chia nhau ngồi.

Chợ Đông Nam Á có bán đầy đủ loại thịt cá, rau củ, chén, bát, bánh kẹo. Và đủ các loại nước uống như siêu thị của Mỹ vậy. Không giống như chợ ở quê nhà mà tôi thường thấy. Mỗi người ngồi một sạp nhỏ và chỉ bán một vài món hàng.

Chúng tôi theo ba mẹ đi chợ. Đi đến đâu, ba giải thích cho mẹ hiểu nên mua sắm những thứ gì cho gia đình. Khi đi qua quày bán bánh kẹo và nước uống, tôi nhìn chúng thèm thuồng, nhưng chẳng dám nói với ba.

Tôi không dám nói chuyện với ba vì tôi cảm thấy ba xa lạ và không được gần gũi, thân thiện, như mẹ. Ngoài ra vì khi mẹ mang thai tôi, ba bị Cộng Sản bắt với tội âm mưu lật đổ nhà nước. Ba ở tù cho đến khi tôi được mười tuổi. Khi ba được thả về, ở nhà chưa được bao lâu, ba bỏ sáu mẹ con chúng tôi lại để vượt biển. Giờ cũng gần ba năm sau cả nhà chúng tôi mới được đoàn tụ. Nên tôi sợ và không dám tới gần ba huống chi đòi quà vặt. Tôi nói thầm với lòng mình rằng mai mốt sẽ trở lại và mua một chai nước Coca Cola về uống cho đã.

Thứ hai, ngày đầu tuần, ba lái xe chở cả nhà chúng tôi đến hội đoàn công giáo giúp người tỵ nạn định cư tại Hoa Kỳ mà ba hay nói là hội USCC (United States Catholic Conference). Nơi đây, họ cho chúng tôi coi phim về cuộc sống Mỹ. Nhưng tôi chẳng thích xem phim mà chỉ thích ăn bắp bung và uống nước ngọt. Ở cái tuổi mười lăm, tuổi háo ăn, nên có đồ ăn nước uống là tôi ăn uống vô tội vạ. Vả lại, trong hội trường không ai ăn bắp bung ngoại trừ tôi và thằng Út. Thấy vậy, cô nhân viên trong hội đem đến cho tôi một túi bắp. Xong, cô còn nói với tôi rằng ở đây còn nhiều lắm. Ăn hết rồi cô bung thêm cho. Tôi cám ơn cô rối rít và cảm thấy cô như nàng tiên mà tôi có đọc đâu đó trong truyện cổ tích.

Bốn ngày đầu chúng tôi đến Mỹ, ba tôi chở chúng tôi đi làm đủ loại giấy tờ. Ba cho tôi biết là tôi sắp trở lại trường đi học. Nghe đến trường, tôi sợ lắm. Sợ đến nổi cả da gà và không muốn đi học lại tí nào. Tôi sợ mỗi buổi sáng thứ Hai phải đứng trước trụ cờ như những tên tội phạm vì không chịu đeo khăn quàng đỏ, đóng tiền học phí muộn, không chịu lao động trồng cây xanh.... Mặc dù rất sợ, nhưng tôi không dám cãi lời của ba. Tối hôm đó, đợi không có ba, tôi nói với mẹ rằng tôi không muốn đi học. Tôi chỉ muốn ở nhà phụ việc với ba mẹ. Tôi có thể làm bất cứ việc gì chứ không đi học. Mẹ tôi nói lại với ba. Ba đã la mẹ và tôi một trận. Ba nói ở đây con nít dưới mười tám tuổi bắt buộc phải đến trường. Ở nhà là police tới bắt cả ba lẫn mẹ bỏ tù. Nghe đến bỏ tù tôi sợ lắm và không dám nghĩ tới việc không chịu đi học nữa. Ngoài đi làm giấy tờ với gia đình ra, tôi không có việc gì để làm và cũng không thể chạy rong qua nhà hàng xóm rủ đám bạn bắt cá, bắt dế, hay chơi bắn bi được. Ba người anh lớn của tôi rảnh rỗi viết thư về Việt Nam và cùng ba đi xin việc làm. Thằng út chỉ vài ba tuổi chẳng chơi với tôi. Tôi chỉ biết đi vòng vòng quanh nhà và ngắm lá vàng rơi.

Ngày thứ năm ở Mỹ. Hôm đó anh Tùng đi làm về sớm, thấy tôi đi lang thang ngoài đường. Anh dừng xe lại và gọi tôi lên xe, chở về. Xe dừng trước cửa nhà, tôi nói với anh:

- Anh vô nhà trước đi, em giúp anh dọn dẹp xe cho sạch nhé?

- Không sao đâu, em cứ để đó đi...

- Dạ, tại em không có gì làm, nên chán lắm. Anh để cho em dọn nhé?

- Ừa em muốn sao cũng được.

Nói rồi anh Tùng bỏ vào nhà. Tôi dọn dẹp và lau chùi xe giúp anh Tùng. Trong lúc dọn dẹp, tôi lượm được rất nhiều tiền xu lẻ dưới sàn xe. Tôi vô nhà lấy cái chén ăn cơm ra đựng, cũng được gần nửa chén. Sau đó, tôi gõ cửa phòng của anh và trả lại. Anh nhìn tôi phì cười và nói:

- Mấy đồng xu lẻ đó em lượm làm gì. Kệ nó đi. Cám ơn em đã dọn xe cho anh. Cho em mười đô nè, muốn mua gì thì mua.

- Dạ em không dám. Còn tiền này thì sao?

- Em lượm được thì là của em. Cho em đó.

- Dạ. Cám ơn anh. Vậy em xin phép nhé.

Tôi đóng cửa phòng của anh lại và ra ngoài. Ở phòng khách, tôi nhìn thấy anh trai đầu đang viết thư. Tôi khoe:

- Em mới dọn xe giùm anh Tùng, em lượm được một mớ tiền nè. Không biết có đủ mua tem gởi về Việt Nam không héng?

- Đâu đưa coi.... Toàn là tiền xu đỏ không mà mua được gì... Yên tâm đi, mai mốt tao đi làm sẽ cho tiền mày mua tem. Mà mày muốn viết thư gởi cho ai?

- Thì em gởi cho Cậu, Mợ và bạn bè thôi.

- Ừa, cũng được. Thôi cất tiền đó đi. Mà mày biết xài không?

- Biết chứ sao không? Tiền đỏ là một xu, tiền nhỏ là mười xu, lớn tí là năm xu. Còn này là hai mươi lăm xu.

- Ừa ... Vậy tất cả mày có bao nhiêu?

- Dạ, một trăm mấy.

- Vậy là hơn một đô rồi.

Sang ngày thứ sáu, tôi lại thèm uống nước Coca Cola, nhưng nhà thì không có nước vì ba mẹ tôi không mua bánh trái, nước ngọt, trong nhà. Tôi bèn mượn xe đạp của ba đạp đến chợ Đông Nam Á mua nước ngọt về uống. Tôi không dám đi đến chợ Mỹ gần nhà vì không biết nói sao cho người bán hàng hiểu. Tôi gom hết số tiền mà anh Tùng cho, lúc dọn xe, bỏ vào túi quần và đạp đi.

Đến chợ Đông Nam Á, tôi để xe đạp trước cửa tiệm và chạy ù vào nơi để bánh trái nước ngọt mua một chai Coca Cola. Chạy vô chợ mua chai nước ngọt mà tôi cứ hồi hộp lo sợ mất chiếc xe đạp của ba. Đến quày tính tiền, tôi móc túi ra trả tiền cho chủ quán. Tôi trả đúng chín mươi chín xu rồi tỉnh bơ ôm chai nước đi ra ngoài. Người tính tiền gọi tôi lại nói tôi trả tiền còn thiếu. Nghe vậy, tôi nói lớn:

- Dạ con trả tiền đủ rồi mà. Trên này ghi là chín mươi chín xu. Con trả đủ chín mươi chín xu rồi.

- Mày trả chưa đủ. Thêm năm xu nữa mới đủ.

- Chú nói ngộ quá. Đã đưa chín chín xu rồi, giờ đòi thêm năm xu nữa là một đô bốn xu chứ đâu phải là chín chín xu.

- Mày không tính tiền thuế hả?

- Ủa phải trả tiền thuế hả chú?

- Ừa, phải trả thêm tiền thuế. Mày mới bên Việt Nam qua phải không?

- Dạ đúng rồi.

- Hèn gì không biết ở Mỹ này mua thứ gì cũng trả tiền thuế hết đó nhé.

- Dạ, cám ơn chú.

Tôi móc trong túi quần ra những đồng xu còn sót lại trả cho người tính tiền. Mà cũng hên trong túi tôi vẫn còn được hơn mười xu lẻ. Đó là bài học đầu tiên tôi học được về chuyện tiền bạc ở xứ Mỹ này. Trả tiền xong, tôi chạy vội ra trước cổng và thở phào vì chiếc xe đạp vẫn còn ở đó. Tôi mở nắp chai nước Coca Cola ra uống tại chỗ. Nước ngọt mát lạnh, thơm mùi xá xị. Những giọt nước có gas li ti đánh vào đầu lưỡi tê tê. Tôi uống một hơi gần phân nửa chai nước ngọt rồi mới đạp xe trở về nhà.

Một tuần lễ sống ở Mỹ trong ngôi nhà nhỏ đông người, nhưng thơ mộng, cũng trôi qua nhanh. Gia đình tôi chuẩn bị dọn về nhà mới. Đó là một căn chung cư được ba thuê cách nhà cũ hai mươi phút. Nói dọn nhà chứ lúc đó cũng không có gì để dọn. Ngoài chiếc xe Mercury ra, gia tài của ba chỉ có chiếc xe đạp, một chiếc giường bố nhỏ và ít mùng mền, chăn gối. Qua bên nhà chung cư được rộng rãi hơn. Năm anh em chúng tôi được ở trong căn phòng khách. Tối đến trải túi ngủ ra ngủ. Sáng xếp lại.

Cuộc sống tương đối êm đềm trôi qua…

Tôi trở lại trường học trung học, rồi lên đại học. Sau đó là ra trường và đi làm. Giờ đây, sau hơn hai mươi năm sống ở Mỹ, tôi luôn nhớ đến những ngày đầu tiên đặt chân đến đất nước này. Tôi xin cám ơn nước Mỹ đã cưu mang gia đình chúng tôi. Tôi cám ơn anh Lý, anh Tùng, những người đã giúp anh em chúng tôi thích nghi với cuộc sống Mỹ ở những buổi đầu chập chững chân ướt chân ráo trên đất nước này. Và tôi vẫn mãi nhớ đến vị ngọt và giòn của những quả lê. Những giọt nước ngọt mát lạnh tê tê nơi đầu lưỡi của chai Coca Cola mua ở chợ Việt Nam Đông Nam Á. Tôi nghĩ mình sẽ mãi nhớ trong cuộc đời này.

Khách Hàng Đầu Tiên

Mùa hè năm đó tôi mười sáu tuổi. Gia đình tôi được ba tôi bảo lãnh qua Mỹ gần một năm trước. Nghỉ hè ở nhà buồn chán, tôi đi lang thang trong xóm xin cắt cỏ thuê. Với chút ít tiếng Anh học ở trường trong năm học qua, tôi nghĩ mình đủ để nói cho những người hàng xóm hiểu. Nghĩ là làm, tôi đi dạo quanh xóm, hễ thấy nhà nào có vườn cỏ tốt là tôi gõ cửa xin cắt thuê. Đi gần mười nhà, nhưng nhà nào cũng lắc đầu từ chối không cho tôi cắt cỏ. Chắc tại tôi nhỏ con và chẳng có máy cắt, nên chẳng ai nhận? Khi đi đến gần cuối xóm, chán nản, tôi quay về. Trên đường về, không về theo lối cũ, mà tôi đi bọc qua một lối khác. Ở cuối một con đường, tôi thấy một căn nhà nhỏ với vườn cỏ cao gần đến đầu gối. Tôi lại gõ cửa cầu may.

Sau vài phút chờ đợi, một người đàn ông Mỹ trắng già ra mở cửa. Tôi vội nói với ông ta rằng vườn nhà ông cỏ tốt quá, tôi có thể giúp ông cắt cỏ và dọn dẹp vườn tược. Ông nhìn tôi từ đầu đến chân rồi ông hỏi:

- Cậu là người Việt à?

- Dạ vâng, tôi là người Việt.

Ông ta nói một câu tiếng Việt lơ lớ với tôi:

- Bạn khoẻ không?

Tôi mỉm cười và hỏi lại:

- Ông nói được tiếng Việt à?

- Không, tôi chỉ nói được chút chút cho vui thôi.

- À, mà cậu nghĩ cậu có thể giúp tôi được không? Cậu có máy cắt cỏ không?

- Dạ không. Thưa ông. Tôi ở chung cư phía trên kia, khu Edsall Gardens. Tôi không có máy cắt. Nghỉ hè tôi ở nhà không đi học, nên tìm việc gì đó để làm.

- Thế cậu tên gì? Còn tôi tên Bill Shawn.

- Dạ tôi tên Pete.

- Tên Việt của cậu chứ?

- Dạ, không. Tên Việt của tôi là Phú.

- Phew? Có phải đánh vần là P.H.U. với một cái dấu gạch ở trên đầu không?

- Dạ đúng vậy. Dấu sắt. Ông cũng biết viết tiếng Việt nữa sao?

- Không đâu. Tôi có học chút chút, nhưng tiếng Việt khó quá, nhất là các dấu, nên tôi chỉ biết vài chữ mà toàn là những chữ bậy không.

- Dạ...

Ông già Mỹ cười một tràng rồi nhìn tôi gật đầu và nói:

- Thôi được, vậy cậu lấy bao nhiêu?

- Dạ tôi cũng không biết nữa vì đây là lần đầu của tôi, nên ông cho bao nhiêu cũng được nếu như ông cho tôi dùng máy của ông?

- Vậy cậu biết dùng máy chứ?

- Dạ cũng không, nhưng tôi nghĩ mình sẽ dùng được.

- Thôi được rồi, cậu đi theo tôi.

Ông già Mỹ dẫn tôi ra sau vườn, nơi có nhà kho nhỏ. Ông mở khóa, kéo chiếc máy cắt cỏ ra, và nói:

- Lâu rồi tôi cũng không dùng nó. Cậu giúp tôi lấy bình xăng đằng kia và đổ vào đây nhé?

Sau một lúc chỉ dẫn của ông, tôi cũng thành thạo cách dùng máy cắt cỏ. Ông bỏ vô nhà và nói:

- Khi nào cậu xong, cho tôi hay để tôi trả tiền công cho cậu nhé.

- Dạ cám ơn ông đã cho tôi làm công việc này.

- Ừa, không có chi đâu. Thôi cậu cắt đi.

Nói rồi ông bỏ vô nhà.

Hơn một giờ đồng hồ trôi qua, tôi cũng cắt xong mảnh vườn. Xong việc, tôi quét dọn sân nhà ông thật sạch rồi đem máy cắt cỏ cất vào nhà kho, khóa lại và cầm chìa khóa theo. Tôi gõ cửa.

Ông ra mở cửa cầm theo chai nước suối đưa cho tôi và nói:

- Này... Cậu uống đi.

- Dạ, cám ơn ông. Đây là chìa khóa nhà kho của ông.

- Còn đây là tiền của cậu. Cậu cho tôi xin số phone của cậu khi nào cần tôi sẽ gọi cho cậu nhé.

Ông đưa tôi giấy bút và tôi viết số phone của nhà mình cho ông. Sau đó nhận tiền và chào ông tôi về. Lần đầu kiếm được tiền bằng sức lao động của mình, tôi vui lắm.

Trên đường về nhà tôi luôn miệng hát líu lo và tủm tỉm cười. Tôi thấy hôm nay là một ngày đẹp trời nhất mặc dầu mồ hôi ướt đẫm cả áo. Mở cửa chung cư, tôi khoe với thằng Út:

- Út nè, anh mới có job đó. Anh làm được hai mươi đô. Có thấy anh ngầu không?

- Thiệt hả? Mà anh làm gì?

- Nè, tiền nè ... thấy chưa? Tao cắt cỏ cho người ta. Chút nữa tao dẫn mày qua chợ Ames mua bắp rang và nước ngọt về uống cho đã luôn chịu không?

- Dạ ... Hay giờ mình đi được không?

- Ừa cũng được.

Hai anh em cùng nhau cuốc bộ qua bên kia đường mua bắp rang và nước Coca Cola. Sau một năm sống ở Mỹ, giờ tôi không cần phải đạp xe thật xa để đến chợ của người Việt gốc Hoa, chợ Đông Nam Á, để mua nước ngọt uống mỗi khi thèm nữa. Tôi chỉ cần cuốc bộ qua bên kia đường là sẽ có một siêu thị bán hàng tạp hóa, chợ Ames (giống như chợ Walmart bây giờ). Ngoài mua bắp rang và chai nước ngọt Coca Cola ra, tôi còn mua cho em tôi một hộp bút chì màu và tôi một cái quần Jean. Thế là hai mươi đô của tôi cũng gần hết, nhưng tôi vui lắm. Hai anh em về nhà ăn bắp rang và uống nước ngọt suốt cả ngày, bỏ cả cơm chiều.

Sau lần cắt cỏ đó, tôi có thêm kinh nghiệm dùng máy cắt, nên tôi đạp xe đi xa hơn để tìm thêm việc làm.

Tôi dùng chiếc xe đạp cũ của ba để lại sau khi ba mua chiếc xe Mercury khi cả nhà chúng tôi đoàn tụ từ một năm trước. Sau một năm sống ở Mỹ, hai người anh trai tôi cũng mua được một chiếc xe cũ để lái đi học và đi làm, nên chiếc xe đạp cũ đó giờ là của riêng tôi. Tôi yêu thích chiếc xe đạp lắm. Tôi dùng nó để đi học và đến nhà một người bạn chơi. Vào một dịp cuối tuần, thằng bạn rủ tôi và một đám bạn học chung trường đạp xe dạo trong công viên. Khi hai chúng tôi đạp đến nơi hẹn, một vài đứa nhìn chiếc xe đạp mà tôi đang đi, chúng cười ngặt nghẽo. Chúng nó gọi tôi là thằng bê đê vì chiếc xe mà tôi đang đi là một chiếc xe đạp nữ. Tôi nghe vậy thắc mắc hỏi tụi nó:

- Ủa xe đạp mà cũng phân biệt nam hay nữ nữa hay sao?

Một đứa trong đám bạn trả lời:

- Mày nhà quê quá, xe đạp nam khác với nữ. Xe đạp nam sẽ không bao giờ có cái yên bọc lông mềm như của mày. Mày coi xe đạp của tụi tao nè, có chiếc nào giống xe của mày không? Nhìn như vầy mới là xe đạp của boy. Chắc mày là bê đê nên mới đi xe của con gái...

- Nhưng tao thấy nó êm và đạp nhẹ lắm. Mà làm tại Nhật đó nha. Thôi kệ nó nam hay nữ cũng mặc miễn sao có xe đạp đi chơi là được rồi.

- Mày quê quá, ở Mỹ mà nói chuyện như ở Việt Nam mới qua vậy...

- Ừa thì tao cũng mới qua mà...

Cả đám bạn cười hí hố. Tôi mặc kệ tụi bạn nói cười, nhưng với tôi chiếc xe đạp đó là cả một gia tài. Lần đầu trong đời tôi có được một chiếc xe đạp để đạp đi chơi vòng vòng trong xóm mà không cần phải hỏi mượn ai. Muốn đi chơi lúc nào cũng được, không cần phải sợ trả lại đúng hẹn hay nơm nớp lo sợ mỗi khi té ngã làm trầy sướt.

Tôi đạp xe đi xa hơn đến những nhà xa khu chung cư tôi ở hơn để tìm thêm việc cắt cỏ thuê. Sự kiên nhẫn của tôi cũng được đáp lại với gần mười nhà cho tôi dùng máy cắt cỏ và dụng cụ làm vườn để dọn dẹp vườn tược cho họ.

Hai tuần sau khi tôi cắt cỏ ở nhà ông Mỹ già, tôi lại nhận được điện thoại của ông. Lúc ông gọi điện thoại, tôi không có ở nhà. Lúc về, tôi nghe anh trai tôi nói lại rằng có một ông Mỹ nào gọi cho tôi. Tôi tìm số và gọi lại mới biết là ông Shawn gọi nhờ tôi sang nhà cắt cỏ giúp.

Lần này, do đã quen với công việc, tôi nói với ông rằng tôi có thể tự làm được.

- Ông cứ an tâm.

Đang cắt được nửa chừng thì máy hết xăng, tôi vào nhà gõ cửa và nói với ông.

Ông trả lời:

- Cậu chờ tôi để tôi đi mua thêm xăng về cho cậu.

Trong lúc chờ đợi ông mua xăng, tôi ở nhà ông dọn dẹp vườn trước và chiết những cây bông cúc ra trồng ở hai hàng dọc lối đi vào nhà. Khi ông đem bình xăng về, thấy tôi trồng hoa, ông hỏi:

- Cậu cũng biết trồng hoa nữa sao?

- Dạ tôi cũng biết chút chút. Tôi thấy chỉ có vài ba khóm cúc mọc thưa thớt, nên tôi đã chiết ra trồng cho đủ hai hàng dọc lối đi.

- Thôi cậu nghỉ tay chút đi và chờ tôi nhé?

Ông vào nhà lấy cho tôi chai nước suối và nói:

- Cậu uống nước đi, để tôi làm cho cậu miếng bánh mì.

- Dạ không cần đâu ông Shawn ạ.

- Cậu đừng ngại. Chờ tôi nhé.

Tôi uống xong ngụm nước và tiếp tục công việc trồng hoa của mình để chờ ông trở ra. Lúc ông trở ra, trên tay ông cầm một cái dĩa, trên có lát bánh mì sandwich với vài ít thịt nguội và những lát dưa chuột muối chua. Tôi ra sau vườn rửa tay và ăn bánh mì. Trong lúc tôi ăn, ông kể chuyện ngày ông còn trẻ cho tôi nghe. Ông kể rằng hơn hai mươi năm trước, lúc ông còn là lính trong quân trường, ông có đến Việt Nam. Đôi mắt ông nhìn xa xăm, chắc ông đang nghĩ lại những chuyện xưa, rồi thở dài, kể tiếp. Ông kể cho tôi nghe những chuyện đời lính của ông. Ông nói ông sống ở Việt Nam gần năm năm rồi quay trở lại Mỹ. Ông nói với tôi rằng, người Việt Nam rất hiền hòa và dễ mến. Ông kể rất nhiều rất nhiều chuyện, nhưng hồi đó tiếng Anh của tôi chỉ hiểu được những từ ngữ thông dụng và chỉ nhớ được có bấy nhiêu. Sau khi nghe ông kể chuyện xong, tôi xin phép ông tiếp tục cắt cỏ và dọn dẹp sân vườn.

Lần này tôi có nhiều kinh nghiệm cắt cỏ, tỉa cỏ, và làm vườn, nên khi xong việc ông trả cho tôi bốn mươi đô la thay vì hai mươi đô la như lần đầu ông thuê tôi làm việc. Tôi cám ơn ông và đạp xe về nhà.

Sau hai lần cắt cỏ, ông dặn tôi, cứ cách hai tuần một lần hãy đến vườn nhà ông để giúp ông cắt cỏ. Khi nào xong việc hãy gõ cửa để ông trả tiền. Ông sẽ không khóa cửa nhà kho mà chỉ móc khóa hờ cho gió khỏi làm cửa mở ra. Tuy ông nói vậy, nhưng lần nào ông cũng ra gặp tôi và tiếp chuyện cùng tôi. Ông Bill Shawn là người khách đầu tiên của tôi trong công việc đầu tiên trên đất Mỹ.

Hết mùa hè, sang thu, tôi lại giúp ông dọn dẹp lá khô trong vườn. Mùa đông thì giúp ông cào tuyết. Hễ ông gọi tôi là tôi đến giúp. Tôi giúp ông cắt cỏ làm vườn được ba năm. Sau đó tôi tạm biệt ông để đi đại học xa nhà.

Trước khi nhập học, tôi có gọi với ông Shawn và nói với ông rằng vài tuần nữa tôi sẽ vào đại học và không thể giúp ông cắt cỏ hoặc dọn dẹp sân vườn được. Ông nghe tôi nói vậy, ông chúc mừng cho tôi và hỏi:

- Vậy cuối tuần này, cậu có thể giúp tôi dọn dẹp trước khi cậu nhập học không?

- Dạ, vâng tôi sẽ đến khoảng xế chiều ngày thứ Bảy ông nhé?

- Vâng, được, tôi chờ cậu chiều thứ Bảy.

Đó là một buổi xế chiều giữa tháng tám, khi ngọn gió nồm thổi vào hong ấm cơn mưa của đêm trước. Nước bốc hơi, trời hanh hanh nắng. Những khóm cúc mà tôi trồng hai bên lối đi của ba năm trước đã dày kín, lá xanh mượt mơn mỡn sau cơn mưa. Hai hàng cúc giờ đây đã mọc ra những nụ hoa nhỏ li ti chờ đến mùa thu để đơm hoa. Tôi đến gõ cửa và đợi ông Shawn. Trong lúc chờ, tôi đưa mắt nhìn hai khóm cúc. Dường như chúng đang vẫy tay chào tôi khi ngọn gió nồm thổi ngang? Mặc dầu là cuối hè, nhưng nhờ có cơn mưa hôm qua, nên khí hậu không oi nồng và nóng bức như mấy tuần trước. Trời chỉ hanh nắng và gió. Mùa hè ở Virginia, khi trời nóng liên tục hơn một tuần, trời sẽ đổ mưa. Những cơn mưa như trút nước sẽ làm khí hậu dịu lại và cái nóng được xua tan...

Ông Shawn ra mở cửa đón tôi. Ông cười và hỏi:

- Tôi rất mừng có cậu. À mà, cậu đi học trường nào? Trong tiểu bang này hay đi xa hơn?

- Dạ không, tôi sẽ học ở VCU, cũng không xa lắm.

- Vậy à? Con trai tôi cũng học ở đó khi cậu ấy học undergrad. Giờ nó làm việc và có vợ con ở Boston, nên ít về nhà là vậy. Thôi, tôi để cậu làm việc, xong rồi mình nói chuyện tiếp. Cậu làm việc nhé, tôi đi lại đây chút sẽ quay lại.

- Dạ vâng, chào ông.

Tôi ra sau vườn, nơi có cái nhà kho nhỏ chứa máy cắt cỏ và dụng cụ làm vườn. Tôi tháo ổ khóa ra và móc vào thành cửa rồi kéo xe cắt cỏ ra. Tôi xem lại xăng nhớt của máy trước khi cắt. Xong, tôi giựt cho máy nổ và làm công việc cắt cỏ của mình như mọi lần. Cắt cỏ và dọn dẹp ở vườn sau xong, tôi đi vòng lên vườn trước và nhổ bỏ những bụi cỏ xung quanh hai hàng cúc. Đó cũng là lúc ông Shawn về đến nhà. Ông nhìn thấy tôi đang nhổ bỏ những bụi cỏ dại nơi hàng cúc, ông cười và nói:

- Này cậu xem, sắp tới mùa thu rồi, chúng sẽ trổ hoa. Nhờ có cậu mà hai hàng cúc nhà tôi được đẹp rực rỡ mỗi khi mùa thu tới. Hàng xóm tôi thấy thích lắm, nên họ cũng bắt đầu trồng hoa trước vườn. Tôi định nhờ cậu trồng thêm những màu khác, nhưng mà thôi. Màu vàng của hoa cúc cũng rực rỡ lắm rồi. À, mà cậu sắp xong việc chưa?

- Dạ cũng gần xong rồi ông ạ. Chỉ cần nhổ bỏ mấy bụi cỏ dại này, gom chúng lại, bỏ vào thùng rác là xong.

- À, mà cậu có đi coi trường lần nào chưa mà chọn VCU?

- Dạ chưa ạ. Nhưng, tôi chỉ nộp đơn vào ba trường, một trường từ chối, hai trường đã nhận. Trong hai trường, tôi thích VCU hơn, nên tôi đã quyết định đi trường đại học này.

- Vậy khi nào thì cậu đi?

- Dạ thứ Tư tuần tới vì thứ Năm sẽ có buổi student orientation.

- À ... Chúc cậu đi học vui nhé.

- Dạ cám ơn ông. Giờ tôi cũng làm xong rồi. Tôi xin phép ông.

- Vâng, cậu rửa tay đi rồi vào nhà gặp tôi.

Sau khi gom đống cỏ lại và bỏ vào thùng rác, tôi ra sau nhà rửa tay. Tôi trở vô nhà gặp ông Shawn. Ông chỉ vào chiếc ghế sofa, nói:

- Cậu ngồi đó chờ tôi chút.

Ông Shawn vào bếp và trở ra với chiếc dĩa trên tay, trên có cái bánh muffin, và nói:

- Cậu ăn đi. Ăn xong rồi về.

- Dạ cám ơn ông.

Ông nhìn tôi ăn hết cái bánh muffin, rồi ông đến bàn lấy tấm ngân phiếu, đưa cho tôi. Ông nói:

- Đây là tiền công của cậu.

Khi thấy ông cầm tấm ngân phiếu, tôi hơi thắc mắc vì trong bao năm nay ông đều trả cho tôi bằng tiền mặt mỗi lần tôi cắt cỏ cho ông. Ông là vị khách đầu tiên của tôi. Và tôi chưa bao giờ ra giá cắt cỏ hay dọn vườn cho mỗi tôi giúp ông như những nhà khác mà tôi làm. Lần đầu ông trả tôi hai mươi đô, lần thứ hai bốn mươi đô, và mỗi lần sau đó đều ba mươi đô trong suốt ba năm qua. Nên lần này tôi thấy ông đưa tấm ngân phiếu, trong lòng tôi có chút thắc mắc. Khi nhận tấm ngân phiếu từ tay ông tôi mới biết đó là tấm money order với một số tiền khá lớn đối với tôi. Năm trăm đô la. Tôi nhìn số tiền, nhìn ông, rồi nói:

- Ông Shawn ạ, hình như ông đưa lộn thì phải. Đây là năm trăm đô la lận.

- Ừa, tôi biết, nhưng không sai đâu. Đó là quà tôi dành cho cậu trước khi cậu đi đại học. Tôi rất cám ơn cậu đã giúp tôi dọn dẹp sân vườn và chăm sóc chúng ba năm qua. Chúc cậu may mắn việc học nhé. Tôi có thể ôm cậu từ biệt không?

- Dạ vâng.

Tôi đi đến, ôm ông và từ biệt.

Trên đường đạp xe về lại chung cư, cảm giác tôi lâng lâng như đi trên mây vì nhận được một số tiền lớn từ một người khách. Cảm giác này cũng giống như lần đầu tôi nhận hai mươi đô của ông cách đây ba năm trước. Cả ngày hôm đó tôi cứ thấp thỏm đứng ngồi không yên để chờ ba mẹ và mấy người anh em của tôi về để khoe món quà mà ông Shawn đã tặng cho tôi.

Với số tiền dành dụm trong ba năm cắt cỏ và làm thêm việc ở viện dưỡng lão, tôi đạp xe đến ngân hàng Wachovia, trương mục để dùng khi đi đại học.

Số tiền cũng đủ cho tôi dùng trong hơn một năm đầu học đại học xa nhà.

RIC111418

Tiến Sĩ Eleanor Shumaker và Những Bài Học Lịch Sử

Trên chiếc ghế bành rộng, người phụ nữ có dáng người phốp pháp ngồi lắc lư theo điệu nhạc Hawaii. Bà chào chúng tôi mỗi khi thấy chúng tôi bước vào lớp. Bà là tiến sĩ Shumaker, người thầy dạy môn học lịch sử Hoa Kỳ năm lớp mười một của trường trung học Annandale này. Hôm nay chúng tôi học về lịch sử tiểu bang thứ 50, tiểu bang Hawaii, một tiểu bang cuối cùng của đất nước Hoa Kỳ. Vừa giảng bài, bà vừa gọt thơm cho chúng tôi ăn. Bà nói, tuy trái thơm này không phải đến từ vùng đất Hawaii, nhưng khi ta nói đến Hawaii là ta lại liên tưởng đến những điệu nhạc vui nhộn và hình ảnh của những quả thơm trong bữa tiệc ở một tiểu bang xa của chúng ta, đó là Hawaii.

Lần nào cũng vậy, mỗi lần bắt đầu vào giờ học, chúng tôi đều có thể đoán ra hôm nay chúng tôi được học bài nào trong lớp lịch sử Hoa Kỳ này. Lớp lịch sử do tiến sĩ Shumaker dạy không khô khan như những lớp lịch sử mà tôi đã từng học tại Việt Nam hoặc Hoa Kỳ ở những lớp học trước. Tiến sĩ Shumaker có học vị tiến sĩ ở đại học George Mason về sử học trong lúc bà giảng dạy ở trường trung học Annandale. Tuy tôi mới đến đất nước này chỉ hơn ba năm, nhưng trong lớp lịch sử của vị tiến sĩ Shumaker dạy tôi hiểu và nhớ rất nhanh. Bà giảng bài chậm rãi và kèm theo nhiều hình ảnh minh họa cho bài giảng của mình, nên tôi nhớ, thuộc bài và nhất là không cảm thấy buồn ngủ trong lớp học. Và tôi cũng không biết rằng mình yêu môn học lịch sử Hoa Kỳ này lúc nào không hay.

Ngồi cạnh tôi ở lớp học lịch sử này là một cậu người Hồng Kông tên Chung-Him. Cậu ấy dáng cao và to gần gấp đôi tôi. Chung-Him rất ghét học lịch sử, nhất là lịch sử Hoa Kỳ, nên trong lớp lúc nào cậu cũng ngủ gật và lần nào cũng phải mượn bài vở của tôi để chép lại. Nhiều lần trong lớp học, cậu ấy còn nhìn lén bài thi của tôi. Tôi biết cậu nhìn lén, nên tôi hay để gần cho cậu ấy coi cho rõ. Chắc có lẽ vì vậy mà mỗi lần tôi trêu chọc cậu bằng những câu tiếng Tàu bậy bạ mà tôi học được ở một người bạn khác là tôi đem ra trêu Chung-Him.... Cậu ấy tức lắm, nhiều lúc tôi thấy mặt cậu đỏ kè, nhưng cậu cũng chẳng bao giờ đánh tôi.

- Hey Pete, bạn có thể cho tôi mượn bài tập về nhà của cậu được không?

- Vâng. Nhưng cậu copy cho khéo chứ bà giáo biết nhé.

- Ừa... Mình chỉ copy vài câu thôi. Đủ điểm C là được.

- Đây cậu lấy đi. Giờ trưa trả lại cho mình cũng được.

- Cám ơn bạn.

Tôi cho Chung-Him mượn bài tập lịch sử về nhà của mình. Và lần nào cũng phải nhắc cậu ấy là làm cho khéo chứ cô giáo biết. Vì có một lần, bà giáo đã viết vào bài tập của chúng tôi rằng chúng tôi đã xem bài của nhau. Và cả hai đều bị trừ hết một bậc thang điểm.

Ngoài cách dạy học bằng hình ảnh và âm nhạc ra, tiến sĩ Shumaker còn hay dẫn chúng tôi đi dã ngoại để học về lịch sử. Trong một bài học về hành pháp, lập pháp, và tư pháp của Hoa Kỳ, chúng tôi được đi dã ngoại vào thăm Nhà Trắng, thăm phòng làm việc của tổng thống, Điện Capitol (hay còn gọi là toà nhà Quốc Hội), và những đài tưởng niệm ở thủ đô Washington D.C.

Buổi sang, chúng tôi đến trường và được xe buýt nhà trường chở đến Washington D.C.. Điểm đến đầu tiên là White House hay còn gọi Nhà Trắng, dinh thự của tổng thống. Nhà Trắng được làm dinh thự của tổng thống từ thời tổng thống John Adams, vị tổng thống thứ hai của nước Mỹ, vào thế kỷ thứ mười tám. Chúng tôi được những người hướng dẫn viên dẫn đến phòng bầu dục, nơi làm việc của tổng thống William (Bill) Jefferson Clinton lúc bấy giờ và những phòng ốc khác trong dinh tổng thống. Vừa đi dã ngoại, chúng tôi vừa viết lại những gì nhìn thấy trong chuyến đi này để về viết bài nộp lên cho giáo viên. Sau khi viếng thăm Toà Bạch Cung xong, chúng tôi được xe buýt chở đến Điện

Capitol. Đến đây, chúng tôi được viếng thăm Hạ Viện của Hoa Kỳ, nơi các Hạ Nghị Sĩ làm việc và họp hành. Dã ngoại ở toà nhà Quốc Hội xong, chúng tôi được ghé lại đài tưởng niệm của tổng thống thứ 16 của Hoa Kỳ, Abraham Lincoln để ăn trưa và nghỉ ngơi.

Rời khỏi đài tưởng niệm tổng thống thứ 16 của Hoa Kỳ, chúng tôi được xe buýt chở về lại trường để kịp đón một chuyến xe buýt khác để về nhà.

Vào cuối học kỳ một, chúng tôi được đi dã ngoại ở thành phố New York.

Năm giờ sáng ngày thứ Ba, tôi dậy thật sớm để chuẩn bị cho buổi dã ngoại này. Đây là lần đầu tôi đi ra khỏi tiểu bang Virginia mà mình ở, nên tôi chuẩn bị thật chu đáo. Tôi nhờ mẹ mua cho vài cái bánh bao và ổ bánh mì ở tiệm bánh Le Ble'do mà mẹ làm để ăn trưa. Tôi lấy thêm hai bình nước lọc, một tập vở, cây bút và ít tiền mặt rồi đạp xe đến nhà Lộc, một người bạn học chung lớp, để nhờ ba Lộc chở đến trường. (Vì chúng tôi đi dã ngoại tận New York, nên xe buýt phải rời trường học sớm để kịp giờ và tránh giờ cao điểm khi ngang qua trung tâm thành phố). Đến nhà Lộc trời còn chưa sáng, tôi bấm chuông cửa và đợi. Lộc mở cửa cho tôi vào nhà và nói:

- Mày ngồi sofa chờ chút nhé.

- Ừa... Cám ơn nha...

Tôi ngồi trong phòng khách đợi Lộc và ba Lộc thay quần áo. Chừng vài phút sau, chúng tôi rời khỏi nhà Lộc và đến trường trung học Annandale. Bỏ chúng tôi xuống trường, chú Trí, ba Lộc lái xe về nhà để chuẩn bị đi làm. Đến trước cổng trường, chúng tôi thấy hai chiếc xe buýt lớn đang đợi ở đó. Bây giờ là đầu tháng mười hai, trời bắt đầu chuyển lạnh, những cơn gió nhẹ thổi qua lạnh thấm vào da thịt. Cô giáo dạy lịch sử gọi chúng tôi tập họp bên trong trường cho bớt lạnh. Đúng sáu giờ, cô điểm danh lại trước khi cho chúng tôi lên xe buýt và khởi hành đi New York. Ngoài học sinh chúng tôi ra còn có một số phụ huynh tham gia theo cùng. Vừa ngồi xuống chiếc ghế đệm êm ru và máy sưởi ấm, tôi lim dim mắt ngủ một giấc cho đến khi trời sáng. Mở mắt thức dậy, tôi nhìn ra đường, chiếc xe buýt vẫn chạy bon bon trên xa lộ về hướng Bắc. Nhìn ngoài đường không có gì để xem ngoài những hàng cây trụi lá không giống như những con đường từ Nam đến Bắc ở Việt Nam nhà cửa quán xá cứ thò ra như muốn vói tay bắt lấy chiếc xe đang chạy. Tôi đưa mắt nhìn lên coi phim. Bộ phim đang chiếu hình như là một phim hài, nên tôi coi chẳng hiểu được bao nhiêu. Nhìn qua bên cạnh, Lộc vẫn ngủ say, nên tôi lại tiếp tục ngủ cho đến khi chúng tôi tới New York. Xe buýt dừng lại trước khu thương mại thế giới, World Trade Center, nơi hai tòa tháp cao sừng sững chọc trời. Chúng tôi đi theo từng nhóm nhỏ viếng thăm khu thương mại sầm uất nhất thế giới. Từ trên cao, nhìn xuống, tôi thấy những dòng người vội vã qua lại và chi chít những dòng chữ đầy màu sắc chạy nhảy trên màn hình máy vi tính. Bên dưới là giấy rác vụn vứt tứ tung như một cái chợ. Tôi không biết họ đang làm gì sau khi nghe cô giáo giải thích là những người đó buôn bán cổ phiếu gì đó (stock exchange). Rời World Trade Center, chúng tôi đến Federal Reserve Bank, nơi dự trữ tiền tệ của liên bang Hoa Kỳ. Federal Reserve Bank ở thành phố New York là một trong mười hai nơi dự trữ tiền tệ của chánh phủ Hoa Kỳ ở mười hai thành phố lớn trên nước Mỹ, ngoài New York ra còn có Boston, Philadelphia, Cleveland, Richmond, Atlanta, Chicago, St. Louis, Minneapolis, Kansas City, Dallas, và San Francisco. Nơi đây là nơi lớn nhất trong mười hai nơi dự trữ tiền tệ liên bang và là nơi cất giữ nhiều vàng nhất thế giới. Sau khi chúng tôi đi qua hệ thống *security* rồi chúng tôi được hướng dẫn viên dắt vào trong thang máy để đi đến nơi làm việc đúc và dự trữ vàng ở đây. Với hơn bảy ngàn tấn vàng nằm sâu dưới lòng đất cách mặt đường khoảng 24 mét và sâu hơn mực nước biển đến 15 mét. Người hướng dẫn cho chúng tôi biết rằng để làm việc trong khu vực duy chuyển vàng này, những nhân viên phải mang đôi giày đặc biệt để khỏi bị vàng đè gẫy xương. Qua hàng rào lưới sắt, chúng tôi được chạm vào những thỏi vàng to bằng viên gạch. Sau khi viếng thăm, chúng tôi được tặng một vật lưu niệm đó là một cục tiền hình chiếc ly được kết chặt bằng những mẩu giấy vụn cắt ra từ những đồng tiền Mỹ.

Rời nơi dự trữ tiền tệ liên bang, chúng tôi đến công viên Battery Park để ăn trưa nghỉ ngơi để chuẩn bị lấy phà qua đảo Ellis. Từ công viên Battery, chúng tôi có thể nhìn thấy tượng Nữ Thần Tự Do, một biểu tượng tự do của nước Mỹ. Phà đưa chúng tôi đến đảo Ellis để viếng thăm viện bảo tàng nơi đây. Đảo Ellis nằm ở phía trên của vịnh New York, nơi đón nhận hơn 12 triệu dân nhập cư đến từ những nơi trên thế giới trong vòng sáu mươi năm từ năm 1829 đến năm 1954. Phà chạy chừng nửa tiếng đồng hồ đến đảo Ellis. Đến đây chúng tôi được các người hướng dẫn đến và giải thích cho chúng tôi hiểu rằng trước kia, những người di dân đến Hoa Kỳ đều phải qua đảo nào để làm giấy tờ vào nước Mỹ. Thăm viếng bảo tàng hơn một tiếng đồng hồ, chúng tôi đón phà trở về thành phố New York. Chiều tối, khi mặt trời vừa xuống núi, chúng tôi trở lại xe buýt để về lại Virginia. Rời thành phố New York, thành phố của những đêm không ngủ, chúng tôi về đến trường học cũng gần mười một giờ đêm. Đến trường, chú Trí đón chúng tôi. Chú Trí chở chúng tôi đến nhà để lấy xe đạp và chú đã bỏ chiếc xe đạp của tôi vào đằng sau *trunk* xe của chú và chở chúng tôi về tận chung cư tôi ở.

Sau một năm học ở lớp lịch sử do tiến sĩ Shumaker giảng dạy, tôi hiểu và biết rất nhiều về lịch sử nước Mỹ, mà sau này tôi dùng để thi trở thành công dân của đất nước này. Sau khi tốt nghiệp ra trường, tôi có trở về thăm lại trường trung học cũ, nhưng nghe nói vị tiến sĩ dạy lịch sử năm nào đã nghỉ hưu năm 2000, cách năm tôi ra trường được hai năm.

Cô Susan J. Gonzalez và Chai Nước Mắm

Cô giáo Susan J. Gonzalez là cô giáo dạy môn Lịch Sử và Chính Quyền, một lớp cuối của bậc trung học. Cô khoảng hơn bốn mươi tuổi, tóc ngắn, dáng người thon gọn hoạt bát. Cô Gonzalez người gốc Á Căn Đình. Năm đó tôi học ở lớp cô dạy. Vì mới đến Mỹ mới hơn ba năm, nên tiếng Anh của tôi còn yếu so với bạn bè cùng khóa. Thường sau giờ ra về, tôi hay ở lại để nhờ cô giải thích thêm những bài học về chính phủ Hoa Kỳ mà tôi không hiểu kịp trong giờ học. Thấy tôi siêng và chịu khó học hỏi nên cô thương, hay giúp đỡ, giải thích tường tận những bài học trong lớp.

Để hoàn tất trung học, mỗi học sinh trong trường phải làm một trăm giờ thiện nguyện. Bạn bè tôi đứa nào cũng tìm được nơi làm việc. Đứa thì giúp trồng cây trong công viên, đứa giúp việc ở thư viện, bệnh viện, viện dưỡng lão ...vv...vv.... Còn tôi, chưa tìm được nơi nào để hoàn tất 100 giờ theo yêu cầu của nhà trường. Mặc dù đã có bằng lái xe hơn một năm trước, nhưng cả nhà tôi chỉ có một chiếc để ba mẹ đi làm. Anh trai lớn đã dọn ra ngoài sống riêng sau hơn một năm đến Mỹ. Vả lại ba mẹ đi làm suốt ngày cũng không có thời gian để đưa tôi đi làm việc thiện nguyện như bạn bè. Chỉ còn vài tháng nữa là tôi phải nộp tất cả giấy tờ để chuẩn bị cho ngày ra trường, nhưng tôi vẫn còn thiếu 100 giờ thiện nguyện. Tôi đạp xe đi "xin việc" nhiều nơi, nhưng chỗ nào cũng nói là đã có những học sinh khác làm rồi. Hôm đó, sau giờ học, tôi đạp xe về nhà như thường lệ. Đến đầu đường lớn, tôi thấy cô Gonzalez đang đợi xe buýt. Thấy cô, tôi hơi ngạc nhiên và thắc mắc vì hầu hết các thầy cô giáo trong trường ai cũng đi xe hơi riêng, chỉ có cô là đợi xe buýt đến trường. Tôi đạp xe đến gần và chào cô:

- Chào buổi trưa cô Gonzalez.

- Chào Pete. Em đạp xe đến trường và về nhà à?

- Dạ vâng chỉ thỉnh thoảng thôi cô. Thường ngày em đi xe buýt, nhưng hôm nay em phải đến trường khuyết tật xin làm thiện nguyện, nên mới đạp xe đến trường.

- Vậy à, em có cần cô giúp thêm không?

- Dạ, em chưa biết nữa. Hôm nay là ngày đầu em đến, nếu không đủ giờ em có thể nhờ cô chứ?

- Vâng, cô hoan nghênh. À, trời đang chuyển lạnh, em nhớ mặc thêm áo...

- Dạ cám ơn cô.

- Cô đang đợi xe buýt? Cô không lái xe đi dạy sao?

- Ồ, xe của cô à? Cô tặng cho hội từ thiện rồi.

Tôi tròn xoe mắt ngạc nhiên nhìn cô Gonzalez. Cô nhìn tôi cười và giải thích thêm:

- Cô thấy mình không cần dùng xe và đi xe buýt để bảo vệ môi trường, Pete có nghĩ vậy không?

- Dạ, em cũng không biết...

- Thôi em về đi, cẩn thận khi qua đường nhé.

- Dạ chào tạm biệt cô. Hẹn gặp lại cô sáng ngày mai nhé.

- Vâng, chào Pete. Gặp lại ngày mai.

Bây giờ là cuối thu, lá vàng khô rụng đầy sân. Thân cây khẳng khiu trơ trọi. Gió se se lạnh. Đi qua những khu nhà gần trường, tôi thấy những đứa bé đang nô đùa cùng đám lá vàng được gom lại thành từng cụm. Chúng tung những chiếc lá khô ấy lên trời rồi đưa tay bắt lấy. Chiếc lá khô nhẹ bay như những cánh bướm vàng đậu lên trên tóc, áo, quần của đứa bé. Chúng cười ngặt nghẽo. Có lẽ thấm mệt, một đứa nằm trên đám lá khô, nhìn trời mây...

Hơn một tiếng đồng hồ đạp xe, tôi mới tới nơi trường khuyết tật. Cô thư ký dẫn tôi đến giới thiệu với ông hiệu trưởng trường. Ông hiệu trưởng đưa tay ra bắt lấy tay tôi và hỏi:

- Cậu là Pete? Người mà tôi nói chuyện hôm nọ đúng không? Tôi John Small. Rất hân hạnh và cám ơn cậu đến giúp chúng tôi.

- Dạ vâng, tôi là Pete. Rất hân hạnh được gặp ông Small. Rất cám ơn ông đã cho tôi cơ hội được giúp đỡ. Xin lỗi tôi có thể giúp được gì?

Ông hiệu trưởng vừa đi vừa nói:

- Cậu đi theo tôi, tôi sẽ dẫn cho cậu xem qua những lớp học và sẽ giải thích sơ cho cậu hiểu.

Ông dẫn tôi đến xem phòng học. Đã qua giờ học, nên tất cả học sinh đều về nhà hết. Lớp học vắng, không người. Ông hiệu trưởng nói với tôi:

- Vì giờ học của các em cũng gần giống giờ học của cậu, nên tôi nghĩ, cậu có thể giúp các thầy cô giáo sắp xếp lại phòng học và photocopy những bài học cho các em ngày mai. Cậu làm được chứ?

- Dạ vâng, tôi làm được.

Mỗi tuần tôi làm ở trường khuyết tật thứ ba và thứ năm, mỗi ngày hai tiếng vì trường đóng cửa vào lúc sáu giờ chiều, nên không đủ một trăm giờ thiện nguyện. Tôi nói với cô Gonzalez và nhờ cô giúp.

Chiều thứ Sáu cuối tuần, cô hẹn vài người bạn cùng khóa lớp 12 với tôi, những người bạn học trong lớp cô dạy, đến khu nhà dành cho người vô gia cư (homeless shelter) để chuẩn bị buổi ăn tối. Bây giờ là cuối thu, trời đang chuyển sang đông, chỉ mới bốn giờ mà trời sập tối, sương mờ lãng đãng sau cơn mưa phùn nhỏ hạt. Đợi chúng tôi đến đủ, cô dắt chúng tôi đến giới thiệu với người nhân viên phục vụ, ông William Marks. Ông Marks là nhân viên phục phụ chính trong shelter. Ông dẫn chúng tôi đi quanh shelter và giới thiệu cho chúng tôi biết sơ qua về khu nhà này. Đi đến phòng ngủ, chúng tôi thấy những chiếc giường đơn được chất chồng lên nhau, xếp thành nhiều hàng dọc ngang, trông cũng gọn gàng tươm tất. Lúc này chỉ mới hơn bốn giờ chiều, nên căn phòng vắng hoe, không người. Một người bạn trong nhóm hỏi:

- Nhiều giường ngủ vậy, nhưng sao không có đồ đạc cá nhân vậy ông Marks?

- À, đồ cá nhân họ mang theo trên người. Tối mới về đây ngủ.

- Họ được ở đây lâu không ông?

- Thường thì những người ở đây từ một vài tuần. Chúng tôi không đủ phòng để cho họ ở lâu.

- Bây giờ mình qua nhà bếp nhé?

Dẫn chúng tôi đến nhà bếp, ông Marks nói với cô giáo Gonzalez:

- Chúc vui nhé cô Gonzalez.

- Vâng, cám ơn ông nhiều lắm, ông Marks ạ.

Ông Marks đi khỏi, cô Gonzalez, lấy tất cả mọi thứ từ những thùng giấy cạc-tông ra và nói với chúng tôi:

- Các em lấy tất cả mọi thứ từ trong thùng ra và để trên bàn này giúp cô.

Bốn đứa chúng tôi, hai nam hai nữ, phụ giúp cô đem những thứ trong thùng giấy ra chất hết trên bàn. Xong, cô bảo chúng tôi phân loại ra. Rau, củ, quả, một bên, đồ lon một bên, đậu và đồ khô một bên. Lúc tôi lấy những thức ăn trong thùng giấy ra mới để ý là hầu hết những thức ăn này gần hết hạn. Tôi hỏi cô giáo Gonzalez:

- Cô Gonzalez ơi, sao cô lại mua những món đồ gần hết hạn dùng vậy?

Cô nhìn tôi, cười rồi nói:

- Không Pete, những món này là người ta đem tới tặng cho *shelter* để chúng ta nấu buổi tối cho những người vô gia cư ăn hôm nay đó.

- Ồ, cám ơn cô.

Cô đi một vòng xem tất cả các món trên bàn và nói với chúng tôi:

- Hôm nay cô trò mình sẽ làm món rau xà lách trộn, *spaghetti* thịt gà và rau cải, đậu ninh, và món tráng miệng là trái cây nhé?

- Dạ...

Chúng tôi đồng thanh. Cô chỉ chúng tôi làm việc. Đứa thì lặt rau. Đứa rửa trái cây, gọt trái cây. Còn cô thì nấu nước luộc mì Ý. Chúng tôi vừa làm vừa nói đủ thứ chuyện trên trời dưới đất. Trong lúc luộc mì, cô xào thịt gà và rau cải để trộn với mì Ý. Chuẩn bị buổi ăn tối cho người vô gia cư xong, cô chỉ chúng tôi sắp xếp để chuẩn bị múc thức ăn cho những người vô gia cư. Chúng tôi mỗi đứa mỗi khâu để múc thức ăn. Ba người bạn tôi đứng trước lấy rau diếp sà lách, múc đậu ninh, gắp mì. Còn tôi đứng sau cùng để múc nước sốt đổ lên đĩa mì. Cô Gonzales đứng trong bếp xem có cần thêm muỗng nĩa thì cô sẽ giúp.

Đúng bảy giờ tối, chúng tôi kéo cánh cửa sổ nhà bếp lên để phục vụ buổi tối cho người vô gia cư thì thấy họ đã xếp thành một hàng dài tận lúc nào. Tôi đoán cũng khoảng năm mươi người. Mỗi người đã cầm sẵn trên tay một cái dĩa và một cái chén giấy để nhận thức ăn. Khi nhận thức ăn ai cũng cười nói vui vẻ và cám ơn chúng tôi ríu rít. Một người đàn ông cỡ sáu mươi tuổi, hỏi tôi:

- Bạn có nước mắm không?

Tôi cười và trả lời ông ấy:

- Xin lỗi tôi không có nước mắm...

- Cậu là người Việt phải không?

- Dạ phải.

- Người Việt sao không có nước mắm? Ăn đồ ăn mà không có nước mắm không ngon phải không?

Tôi cười. Ông ta lấy dĩa thức ăn của mình và rời khỏi vì phía sau những người khác đang hối ông đi. Lo lu bu phục vụ thức ăn cho những người vô gia cư rồi sau đó phụ cô dọn dẹp lau chùi bếp núc nên tôi quên bẵng chuyện ông Mỹ hỏi xin tôi nước mắm để ăn với mì Ý. Cho đến thứ Sáu tuần sau, lúc chúng tôi phục vụ món cơm chiên, gặp lại ông. Ông lại nhắc tôi:

- Hôm nay cậu có nước mắm không?

Tôi không biết trả lời sao với ông Mỹ nọ thì cô Gonzales chạy vào bếp, lấy ra chai nước mắm còn chưa khui đưa cho ông. Tôi há hốc mồm nhìn cô giáo mà quên mất cám ơn. Một chút sau tôi mới lắp ba lắp bắp nói:

- Dạ…. Dạ… Uh… Uh…cám ơn cô Gonzales. Mà nước mắm ở đâu cô có sẵn vậy?

Cô nhìn tôi, nháy mắt, cười và nói:

- Tuần trước, cô nghe ông ta hỏi, nên cô đã vào chợ Á Đông mua một chai để trong bếp. Cô biết ông ta sẽ hỏi khi gặp Pete vì biết cậu là người Việt.

- Ồ ... Cô hay quá.

- Kìa, khéo đổ thức ăn. Thôi Pete làm đi, khi nào xong sẽ nói chuyện.

- Dạ, cám ơn cô.

Sau khi múc thức ăn cho những người vô gia cư ăn xong, chúng tôi cùng ăn tối chung với mọi người. Hôm nay cơm chiên hơi lạt, mọi người xịt thêm nước tương. Cô Gonzales hỏi tôi:

- Pete có dùng cái này không?

- Dạ vâng, cám ơn cô.

Tôi mỉm cười và nhận chai nước mắm từ tay cô. Trong lúc ăn tối, cô kể cho chúng tôi nghe chuyện của ông Mỹ nọ. Và vì sao ông lại biết đến một đất nước nhỏ bé ở bên kia bờ đại dương với món nước mắm Việt.

Chuyện Ở Viện Dưỡng Lão *The Virginian*

Tôi quen biết Mai trong lớp học Anh Văn đêm, tại trường trung học Woodson. Như một thói quen, mỗi lần vào lớp học mới tôi đều nhìn quanh xem thử có đồng hương hay không. Cũng may, trong lớp Anh Văn này có Mai. Chúng tôi là đồng hương, nên vừa gặp nhau lại nói chuyện với nhau rất thân như quen biết từ trước. Chúng tôi cùng qua Mỹ được vài năm và phải chạy đua với thời gian để học thêm Anh Văn cho đủ điểm để tốt nghiệp trung học. Mai sinh ra tại Bến Tre, dáng người nho nhỏ, mái tóc đen và dài. Gia đình Mai được người dì bảo lãnh qua Mỹ gần bốn năm trước và hiện tại Mai đang theo học trường trung học JEB Stuart. Còn tôi học trung học Annandale, cách nhau cũng khá xa. Trong lớp Anh Văn này, mỗi tuần chúng tôi học hai buổi, mỗi buổi một tiếng rưỡi đồng hồ. Sau khi học được nửa giờ hoặc bốn mươi lăm phút, cô giáo thường cho nghỉ giải lao. Thường trong lúc nghỉ, chúng tôi hay nói chuyện cùng nhau. Được nghe và nói tiếng Việt thích lắm, nên chúng tôi cứ nói chuyện suốt cho đến giờ học. Ngoài chuyện học ra, chúng tôi còn nói đủ chuyện trên trời dưới đất, những chuyện thời xa xưa khi chúng tôi còn chưa đến đất nước này. Qua những buổi học thêm, tôi mới biết ngoài học ra Mai còn đi làm thêm ở một viện dưỡng lão. Một buổi, Mai hỏi tôi:

- Ngoài đi học ra, Pete có làm gì thêm không?

- À... Lúc trước Pete có làm bên tem thư. Pete bỏ thư từ quảng cáo vào phong bì rồi dán lại cho người ta đó mà. Nhưng lúc này hết việc, họ cho nghỉ, nên giờ làm bảy nghề...hihihi... Nói chơi với Mai thôi, chứ cuối tuần Pete đi cắt cỏ dạo quanh xóm.

- Pete có muốn làm ở The Virginian, chỗ Mai làm không? Chỗ Mai đang cần người giúp đó. Nếu thích, ngày mốt Mai đem đơn đến cho Pete.

- Vậy à... Cám ơn Mai nhé. À nè, ở đó làm những gì vậy Mai? Pete không có kinh nghiệm gì hết và chưa bao giờ apply xin việc.

- The Virginian là viện dưỡng lão cho người giàu. Dễ lắm, mình chỉ làm waiter và waitress thôi. Nói nôm na là bưng thức ăn cho người già, không cần kinh nghiệm gì đâu. Ủa chứ lúc trước Pete làm bên tem thư không apply xin việc gì hay sao?

- À, Pete làm chui. Pete giúp chú người Việt kia làm lãnh tiền mặt đó mà.

- Ừa, Mai hiểu rồi. Vậy để thứ Năm Mai đem đơn cho Pete nhé.

- Cám ơn Mai....

- Không có chi. Thứ Năm Pete đến sớm được không? Mai sẽ giúp Pete điền đơn rồi đem nộp cho Pete luôn, khỏi mất công Pete chạy lại nộp.

- Được chứ. Vậy thì tốt quá Cám ơn Mai nhiều lắm.

- Không có chi, bạn bè mà. Thôi tới giờ học rồi, cô vô kìa.

Ngày thứ Năm, sau khi tan trường, tôi đạp xe từ trường trung học của mình đến trường Woodson để học Anh Văn và chờ Mai. Sau hơn một giờ đạp xe, tôi đến trường Woodson. Giờ này, trường học vắng tanh, học sinh đã ra về hết. Chỉ có bác lao công giúp nhà trường dọn dẹp. Thấy tôi, bác lao công hỏi:

- Trường đóng cửa rồi, sao cậu chưa về nhà?

- Dạ, tôi học lớp đêm, thưa ông.

- Ồ, vậy à. Lớp đêm sáu giờ lận, giờ chỉ hơn bốn giờ. Cậu đến sớm quá.

- Dạ, tôi đạp xe đạp thẳng từ trường Annadale đến đây. Ông cứ làm việc của ông đi. Tôi ngồi ở trước lớp học chờ cũng được.

- Cậu có cần vô lớp ngồi không? Tôi mở cửa cho cậu.

- Dạ được, nếu không phiền ông.

Bác lao công mở cửa lớp học giúp tôi. Tôi ngồi xuống bàn học của mình và mở cặp ra làm bài tập. Tôi làm xong bài tập lớp lịch sử Nước Mỹ xong và tiếp tục làm toán. Trong lúc chăm chú giải bài toán khó, Mai đến. Gặp tôi, Mai chào:

- Chào Pete. Pete đến sớm vậy.

- Chào Mai. Vâng, Pete đi từ trường mình qua đây luôn.

- Trời, sao không về nhà nghỉ ngơi rồi mới đi học lại?

- Chạy qua, chạy lại mất thời giờ, nên Pete qua đây luôn.

- Xe Pete đậu ở đâu sao Mai hổng thấy?

- Pete đi xe đạp đến.

- Wow... Từ Annandale mà đạp qua đây sao? Hèn gì Mai không thấy xe đậu ngoài parking. Mai tưởng đâu Pete quên.

- Ừa... Hi.... hi... Hẹn với Mai rồi mà sao quên được chứ. À, Pete đạp xe hoài nên quen, không thấy xa nữa.

- Ủa xe Pete đâu sao không đi mà đạp xe đạp vậy?

- Pete không có xe, mấy lần trước Pete mượn xe của ông anh, nhưng hôm nay anh Pete cần dùng nên đạp xe coi như tập thể dục luôn.

- Pete nè, Mai đem đơn cho Pete đây. Pete điền vào đi, chỗ nào không hiểu Pete hỏi Mai nhé. Còn references thì Pete để thêm tên một người nữa là đủ. Mai đã để hai cái references kia cho Pete rồi.

- Man Le là ai vậy Mai?

- Là ba Mai đó. Ba Mai cũng làm trong viện dưỡng lão *The Virginian,* Mai để vào họ sẽ nhận Pete liền.

- Wow... Vậy tốt quá. Mà trong viện dưỡng lão có người Việt làm nhiều không Mai?

- Nhiều lắm, mai mốt Pete vào sẽ biết. Hầu hết là người Việt mình làm bên khâu dining đó.

Mai giúp tôi điền đơn xin việc xong và nói:

- Ngày mai này Mai sẽ nộp đơn giùm Pete, chắc tuần tới là Pete có thể làm được rồi.

- Cám ơn Mai nhiều lắm nhé.

- Không có chi mà.

Thứ Hai, ngày đầu tuần, tôi nhận được điện thoại của viện dưỡng lão gọi. Họ hẹn tôi đến để phỏng vấn vào hôm sau. Tôi đem việc này nói với Ba Mẹ và anh trai. Anh trai tôi hỏi:

- Mày đi làm rồi sao đi học?

- Dạ em chỉ làm buổi chiều sau giờ học và những ngày cuối tuần.

- Xe đâu mày đi?

- Anh cho em mượn đỡ xe của anh nha? Khi nào anh cần dùng xe thì em đi xe đạp.

- Ừa thôi cũng được. Tao đi làm chung với ba, cũng không dùng xe, cho mày mượn vậy.

- Dạ cám ơn anh.

Ngày thứ ba, sau khi đi học về, tôi vào nhà hỏi anh trai:

- Anh cho em mượn xe đi phỏng vấn việc làm nhé?

- Ừa, nhớ lái cẩn thận đó. Mày không có mua bảo hiểm đó.

- Dạ em biết rồi.

- À, mà mày xin việc ở đâu?

- Dạ ở viện dưỡng lão *The Virginian* trên đường 50 đó.

- Xa vậy à?

- Dạ.

- Thôi mày đi đi. *Good luck* nha.

- Dạ, bye anh.

Tôi lái xe đến viện dưỡng lão *The Virginian*. Viện dưỡng lão nằm trên đường Arlington, thuộc thành phố Fairfax, tiểu bang Virginia. Viện dưỡng lão này rất rộng, sạch đẹp, và thoáng mát. Sau khi đậu xe ở bãi đậu xong, tôi đi dọc theo hành lang để đến cổng chính của viện dưỡng lão. Bây giờ là đầu mùa thu, gió hiu hiu thổi, mát rượi. Trước khi đến đây, tôi cứ ngỡ đâu rằng viện dưỡng lão là một nơi buồn chán, một nơi toàn là người già bệnh đau, kêu la như ở bệnh viện. Nhưng không, ở đây thật sạch sẽ, yên tịnh và thoáng mát giống như một khách sạn lớn. Tôi thấy một vài ông bà cụ đang đọc sách, đi dạo quanh vườn hoa của viện dưỡng lão. Thấy tôi, một cụ già đưa tay lên chào. Tôi đưa tay chào lại. Vào bên trong, đến bàn thư ký, tôi hỏi:

- Xin lỗi cô, tôi có hẹn với cô Lynn Rountree, cô có thể giúp tôi báo cho cô ấy biết.

- Ồ được rồi. Cậu lại bên kia ngồi, chờ tôi gọi cô ấy nhé.

- Vâng, cám ơn cô.

Tôi đến dãy ghế mà cô thư ký chỉ, rồi ngồi xuống. Tôi hồi hộp chờ đợi. Cảm giác hồi hộp làm tôi thấp thỏm đứng ngồi không yên. Chỉ hơn mười phút mà tôi có cảm giác như một ngày chập chạp trôi qua. Một người phụ nữ trẻ, mặc áo hoa và váy đen đến bên tôi, đưa tay ra và tự giới thiệu:

- Chào, tôi tên là Lynn Rountree, rất hân hạnh được gặp cậu.

- Dạ chào cô, tôi tên là Pete Vo. Cũng rất hân hạnh được gặp cô.

- Cậu đi theo tôi vào văn phòng tôi nhé.

- Dạ cám ơn cô.

Cô Rountree dẫn tôi đi qua hành lang lớn và đến một căn phòng, cô mở cửa, chỉ vào chiếc ghế và nói:

- Cậu ngồi đây.

- Dạ cám ơn cô.

- Cậu học thế nào? Có vui không?

- Dạ cám ơn cô. Mọi việc đều tốt.

- Tôi đã xem xong đơn xin việc của cậu. Tí nữa bà Evelyn Janes sẽ có vài điều muốn hỏi về cậu. Cậu chờ tí nhé.

- Dạ vâng.

- Cậu học chung với Mai à?

- Dạ chúng tôi học chung với Anh Văn vào buổi tối ở trường Woodson.

- Trường Woodson à? Con trai tôi cũng học ở trường đó.

- Vậy à? Tôi học ở Annandale, nhưng tôi cần học thêm Anh Văn, nên đã học thêm.

Tiếng gõ cửa vang lên, một người phụ nữ chừng năm mươi tuổi, dáng nhỏ con và thấp. Bà có mái tóc bạch kim, mặt mày hồng hào, đôi mắt hơi lớn, đi vào. Bà chào chúng tôi.

- Hi Lyn. Hello there...

- Dạ chào bà.

- Cậu là Pete do Mai giới thiệu phải không?

- Dạ phải.

- Cô bé dễ thương đó giới thiệu chắc là tốt rồi. Chào mừng bạn đã đến với *The Virginian*. Cậu khi nào thì có thể đi làm được?

- Dạ càng sớm càng tốt.

- Vậy thứ Bảy nhé? Sáng thứ Bảy có được không?

- Dạ được thưa bà.

- Ừa, vậy tốt. Cậu nhớ mặc áo trắng quần tây đen lúc đi làm nhé. Bây giờ cậu hãy đi theo tôi để tôi nói sơ qua công việc ở đây cho cậu rõ.

- Dạ vâng cám ơn bà.

Bà quay sang bên cô Rountree và nói:

- Bye Lyn nhé. Tôi dẫn cậu ấy đi xem phòng ăn và nhà bếp.

- Vâng, chào Evelyn. Chào Pete. Chúc may mắn Pete nhé.

- Dạ vâng, cám ơn cô Rountree. Chào cô.

Bà Evelyn Janes dẫn tôi đến nhà bếp và phòng ăn (*dining hall*) giới thiệu sơ qua nơi này và giải thích cho tôi những việc mà tôi cần làm. Sau đó bà vào phía sau nhà bếp có một căn phòng nhỏ, có lẽ là phòng làm việc của bà, bà Janes lấy một cái áo yếm màu đỏ sậm đưa cho tôi và nói:

- Đây là đồng phục của cậu. Cậu sẽ choàng cái áo này lên trước khi đi làm. Tôi sẽ nói với Lyn làm cho cậu thẻ nhân viên trước thứ Bảy này. Cậu có thắc mắc gì muốn hỏi không?

- Dạ tôi có thể làm mấy ngày một tuần ạ?

- Chuyện này cũng còn tùy. Chúng tôi ưu tiên cho những nhân viên toàn thời gian trong các ngày thường. Nhưng hai ngày cuối tuần, cậu có thể làm cả hai suất trưa và tối. À, lương của cậu là $7.25 một giờ. Buổi trưa làm từ chín giờ đến một giờ. Còn buổi tối thì từ bốn giờ đến tám giờ. Một điều quan trọng tôi nhắc với cậu là không được nhận tiền boa của những người ở đây. Ở đây không phải là nhà hàng, nên chúng ta không thể nhận tiền boa nhé. Nếu các cụ tặng tiền cho cậu, cậu hãy nhã nhặn từ chối và nói rằng nơi đây chúng ta không được nhận tiền boa vì đó là quy định của viện dưỡng lão The Virginian. Cậu nhớ nhé.

- Dạ vâng, tôi nhớ rồi.

- Cậu còn gì để hỏi nữa không?

- Dạ không, cám ơn bà.

Bà Janes đưa tay nhìn đồng hồ và nói:

- Cậu đi Theo tôi đến phòng ăn dành cho nhân viên. Tôi sẽ chỉ cậu nơi nhân viên phục vụ ăn uống sau giờ làm việc. Giờ này có thể Mai và mọi người cũng đã đến. Hôm nay cô ấy đi làm. Nếu cậu có thắc mắc gì thì có thể hỏi Mai giúp.

- Dạ cám ơn bà.

- Kìa, Mai đến kia kìa... Chào Mai, cô bé khỏe không?

- Dạ chào bà Janes. Chào Pete.

- Chào bà Janes... Chào bà Janes... Chào bà Janes....

Khoảng năm sáu người nhân viên mặc áo yếm màu đỏ bầm trước ngực chào bà Janes. Tôi nhìn thấy họ, họ nhìn tôi, chúng tôi gật đầu chào nhau. Trong số những người mới đến có hai người da mầu, còn lại là người gốc Á, tôi nghĩ chắc là người Việt. Bà Janes chào mọi người xong, rồi quay qua Mai nói:

- Tôi giờ bận tí việc rồi. Giờ cũng còn sớm, Mai giúp tôi giải thích cho Pete hiểu công việc của cậu ấy nhé. Cám ơn Mai.

- Vâng chào bà Janes.

- Chào bà Janes. Rất cám ơn bà. Hẹn gặp lại bà thứ Bảy nhé.

Bà Evelyn Janes đi rồi, tôi quay qua nói chuyện với Mai:

- Cám ơn Mai nhé. Thứ Bảy này Pete chính thức làm việc ở đây.

- Chúc mừng Pete nha.

- Ê Mai, có người mới hả em?

Một người phụ nữ chừng hơn ba mươi hỏi Mai.

- Dạ chào chị Hà. Đây là Pete, bạn của em. Pete rồi sẽ làm ở đây thứ Bảy này.

- Chào em.

- Dạ chào chị.

Mai nhìn tôi giải thích:

- Ở đây, sau khi mình đến nơi, mình sẽ bấm giờ vô. Sau khi bấm giờ xong, mình lên lầu trải khăn bàn, xếp khăn lau miệng, tách trà, muỗng, nĩa và dao trên bàn. Mỗi một người lo một section riêng. Mỗi section khoảng chừng bốn, năm bàn gì đó. Mình chỉ lấy thức ăn theo menu thôi. Sau khi mọi người ăn xong, mình dọn chén dĩa xuống cho người ta rửa. Sau đó dọn dẹp là xong. Chỉ vậy thôi. Thứ Bảy này Mai không đi làm, nhưng nếu Pete cần hỏi gì thì có chị Hà hoặc anh Mẫn giúp. Vậy nhé.

- Sau khi dọn dẹp xong, mình về hả Mai.

- Không, sau khi dọn dẹp xong, mình đi ăn tối xong mới ra bấm giờ và về.

- Vậy cũng okay. Chắc Pete không thành vấn đề.

- Ừa dễ lắm. Đừng có bận tâm. Pete còn thắc mắc gì không?

- Không. Cám ơn Mai giúp nhé.

- Không có chi mà. Bye Pete nhé. Gặp Pete ở lớp học thứ Năm nha.

- Ừa, cám ơn Mai. Chào Mai.

Tôi chào tạm biệt Mai và ra về. Ra khỏi phòng ăn của nhân viên trong viện dưỡng lão, tôi thấy những cụ già vừa đi vừa nói chuyện đi đến phòng ăn. Nắng chiều cũng vừa tắt. Tôi lái xe trở về nhà và thầm nói, hẹn gặp lại ngày thứ Bảy cuối tuần.

Chiếc Bánh Sinh Nhật

Tám giờ sáng, chuông đồng hồ báo thức reng. Tôi ngồi bật dậy như chiếc lò xo. Anh trai của tôi cằn nhằn:

- Hôm nay thứ bảy mà đứa nào để chuông đồng hồ chi vậy?

- Dạ, em phải đi làm hôm nay. Anh quên rồi sao?

- Ờ... Ờ.... Nhớ rồi... Thôi tắt đi để cho tao ngủ thêm chút coi.

- Dạ.... Anh cho em mượn chiếc xe của anh đi làm được không?

- Không được, tí nữa tao phải đi Eden gởi tiền về Việt Nam rồi. Mày qua hỏi ba thử đi.

- Thôi, vậy em đi xe đạp cũng được.

Tôi đánh răng rửa mặt xong, thay đồ và ra lấy xe đạp đi làm. Buổi sáng cuối tuần, đường sá vắng hoe. Lâu lâu mới có một chiếc xe chạy vụt qua. Tôi thong thả đạp xe đến nơi làm. Con đường từ chung cư tôi ở đến viện dưỡng lão The Virginia cũng hơn một giờ đồng hồ đạp xe, nên tôi phải đi sớm gần hai giờ đồng hồ để kịp giờ làm. Hôm nay là ngày đầu tiên tôi làm việc.

Đến viện dưỡng lão, tôi đi đến phòng làm việc của bà Janes, người supervisor, để chào hỏi cũng như nhận thẻ nhân viên. Thấy tôi, bà Janes niềm nở:

- Chào buổi sáng cậu Pete. Cậu đến sớm nhỉ!

- Dạ chào bà Janes. Vì ngày đầu đến làm việc, nên tôi đến hơi sớm để tìm hiểu thêm công việc đó mà.

- Tốt lắm. Đây là thẻ nhân viên của cậu.

- Dạ cám ơn bà.

- Cậu đi theo tôi xuống phòng nhân viên thử cái thẻ này xem nó có đọc được chưa nhé.

- Vâng ạ.

Chúng tôi rời khỏi phòng làm việc của bà Janes, đi đến cuối hành lang, xuống tầng lầu, nơi phòng ăn của nhân viên. Bên ngoài phòng ăn của nhân viên là hai cái máy để đọc dữ liệu nhân viên và giờ làm việc của họ. Bà Janes nói:

- Cậu thử đưa cái thẻ qua cho máy đọc.

- Dạ vâng.

Một tiếng tít vang lên, trên màn hình nhỏ của chiếc máy, tôi thấy tên của mình và ba số không (số giờ mà nhân viên làm trong một tuần). Bà Janes nhìn vào màn hình và nói:

- Mọi thứ đã ổn thoả. Cậu vào bên trong phòng chờ cô Hà đến nhé. Hôm qua tôi có nhờ cô ấy giúp cậu ngày hôm nay. Cậu sẽ đi theo cô Hà làm việc. Nếu cậu có gì thắc mắc hãy hỏi Hà nhé. À, mà cậu đã gặp cô Hà chưa?

- Dạ tôi có gặp hôm phỏng vấn, thưa bà.

- Ồ vậy thì tốt. Cậu ở đây nhé.

- Dạ chào bà.

Tôi ngồi ở phòng cho nhân viên chừng vài phút là chị Hà và mọi người đến. Sau khi bấm thẻ xong, tôi theo chị Hà và mọi người đến phòng ăn của viện dưỡng lão để chuẩn bị cho buổi cơm trưa. Phòng ăn rất rộng, dưới sàn trải thảm hoa màu đỏ rất sạch đẹp. Bên trong với hơn ba mươi bàn tròn, mỗi bàn mười chỗ ngồi. Tôi đi theo chị Hà qua khỏi phòng ăn, qua khu nhà bếp rồi đến phòng làm việc của bà Janes. Trước cửa phòng là cái hộp nhỏ treo trên tường, cạnh cửa sổ, chị lấy sơ đồ phòng ăn ra và giải thích cho tôi hiểu:

- Mỗi ngày sau khi mình clock in rồi, mình lại đây lấy cái sơ đồ này để biết mình làm bàn nào. Thường thì mỗi người phụ trách bốn đến năm bàn. Hôm nay chắc có em phụ, nên bà Janes chia cho hai chị em mình tới sáu bàn. Sau khi có sơ đồ chia bàn rồi, mình đi vào nhà kho lấy khăn trải bàn, khăn lau miệng, silverware, tách trà, và ly uống nước sắp xếp trên bàn như thế này. Mỗi bàn là mười bộ em nhé. Một bộ gồm có một con dao, hai cái muỗng và hai cái nĩa. Ngoài ra, mình cũng phải xếp dĩa trên bàn nữa. Một bộ gồm ba cái, gồm một cái main entry, một cho salad, và một cho dessert. Em coi chị làm xong rồi xếp bàn bên kia giúp chị nhé.

- Dạ cám ơn chị.

- Ừa em làm đi, xong sớm, chị sẽ chỉ em cách xếp khăn lau miệng cho đẹp. Ở đây có bốn kiểu xếp, mình phải biết để xếp cho đúng.

- Dạ.

Tôi trải khăn bàn và sắp xếp ly, muỗng, nĩa như chị Hà chỉ dẫn. Sắp xếp xong, tôi nhìn đồng hồ chỉ mười một giờ. Còn đến nửa tiếng mới đến giờ cơm trưa của viện dưỡng lão. Tôi hỏi chị Hà:

- Chị Hà ơi, mình xong rồi giờ làm gì?

- Để chị chỉ em cách gấp khăn lau miệng nhé.

- Dạ...

Những chiếc khăn lau miệng màu đỏ sậm (màu của *The Virginian*) hình vuông, chị Hà chỉ tôi gấp. Từ nhỏ tôi rất mê gấp hình giấy Nhật Bản, nên chị Hà chỉ qua một lần là tôi biết xếp ngay. Xếp khăn xong, tôi hỏi chị:

- Mình xong rồi giờ làm gì nữa chị?

- Thì mình chờ tới mười một rưỡi lấy thức ăn cho họ thôi. Hay là em có thể phụ giúp mấy anh chị, bạn khác sắp xếp hay chuẩn bị nước trà, cranberry, vv...vv... Hôm nay Mẫn phụ trách thêm phần nước. Em có thể hỏi Mẫn có cần phụ gì không nhé. Em có biết Mẫn chưa?

- Dạ hôm trước em có nghe Mai nói.

- Ừa, Mẫn đằng kia đang pha nước cranberry đó, em hỏi Mẫn đi.

- Dạ, để em hỏi anh Mẫn sao.

Tôi đi đến bên anh Mẫn và chào:

- Chào anh Mẫn. Em là Phú. Hôm nay là ngày đầu em làm việc ở đây. Em phụ chị Hà, nhưng xong rồi, em qua hỏi thử anh có cần em giúp gì không?

- Ồ... Welcome em. Rất hân hạnh. Anh làm được, nhưng nếu em muốn thì đi theo anh, anh giải thích cho hiểu thêm về việc ở đây.

- Dạ cám ơn anh.

Anh Mẫn lớn hơn tôi bốn tuổi. Anh hiện đang là sinh viên năm nhất ở trường đại học George Mason. Anh làm việc ở The Virginian này cũng gần ba năm rồi. Anh biết làm hết tất cả mọi khâu trong viện dưỡng lão từ rửa chén, múc thức ăn đóng hộp cho những người đi lại khó khăn, cho đến bồi bàn như chúng tôi. Anh biết và nhớ hầu hết những người sống ở viện dưỡng lão và biết họ ăn được hay dị ứng với thức ăn loại nào.

Ở viện dưỡng lão The Virginia, những ông cụ bà cụ có thể tự đi xuống phòng ăn hoặc nhờ nhân viên mang thức ăn đến. Hầu hết những người còn khoẻ mạnh đều đi đến phòng ăn của viện dưỡng lão để ăn. Số còn lại có nhân viên đưa đến tận phòng. Phần ăn của các cụ chia làm ba loại: bình thường, mềm, xay nhuyễn (puree). Cụ nào dị ứng hoặc không thích ăn món nào đều có trong danh sách. Thực đơn mỗi ngày mỗi khác và sẽ lập lại sau hai tuần. Thức ăn rất phong phú có đầy đủ thịt, cá, trái cây, rau sống, bánh ngọt, nước uống.

Nhân viên phục vụ những bữa ăn của các cụ cũng gần hai mươi người cho mỗi lần. Một người nấu thức ăn chính, hai người phụ bếp, vài ba người làm rau trộn, bánh và nước. Bốn đến sáu người múc thức ăn, đóng hộp kiểm tra lại trước khi giao cho ba người khác để đưa những bữa ăn này đến các cụ không đi được. Còn những cụ đi đến phòng ăn, chúng tôi có đến sáu người phục vụ lấy thức ăn bưng ra tận bàn (bồi bàn), hai người múc thức ăn và người supervise đi vòng để xem các cụ cần giúp gì thêm không.

Ngày đầu tôi theo chị Hà làm việc ở viện dưỡng lão để cho quen dần. Sang ngày thứ hai, tôi phải làm riêng khu của mình, nên khá vụng về, may mà nhờ có anh Mẫn phụ giúp nên tôi không bị các cụ than phiền chậm chạp như những người bồi bàn trong viện dưỡng lão khác. Sau vài tháng, tôi thành thạo và được bà Janes cho tăng lương.

Trong các cụ sống ở viện dưỡng lão có một cụ hơi khó tánh tên là Pamela Houston, bàn số 15. Mỗi lần chúng tôi lấy sơ đồ làm việc mà gặp bàn 15 là chúng tôi thường hay nói đùa là hôm nay phải phục vụ bà Bâm Heo. Bà Houston khoảng bảy mươi, da dẻ hồng hào, mái tóc uốn quăn bồng bềnh và bạc trắng như cước. Bà hiếm khi nói cười như những người ở viện dưỡng lão. Bà không thích ăn cà rốt và dưa leo, thích uống nước trà pha với cranberry thêm đá lạnh và hai lát chanh vàng. Những người phục vụ trong viện dưỡng lão này đều không thích bà vì bà hay than phiền rằng chúng tôi chậm chạp và không pha nước theo ý của bà. Trong số những người phục vụ chỉ có anh Mẫn là hiểu bà. Anh Mẫn đã chỉ tôi cách pha nước để vừa lòng bà. Ly nước bà uống phải là hai phần cranberry, một phần trà ngọt, một muỗng đá và hai lát chanh vàng. Sau khi bà uống hết, phải đổi ly mới cho bà chứ không được dùng ly cũ rồi châm thêm như những cụ khác trong viện dưỡng lão được. Thường ngày bà Houston đến ăn rất đúng giờ và chỉ đi một mình.

Hôm đó, bà Houston không ngồi ở bàn số 15 như thường ngày, mà bà ngồi bàn riêng cho khách thăm viếng (reserved tables) của viện dưỡng lão. Ở viện dưỡng lão The Virginian gia đình có thể đến thăm và dùng bữa với các cụ trong những ngày đặc biệt nếu có thông báo trước. Tôi nhận được sơ đồ phục vụ những bàn khách thăm viếng hôm đó. Có lẽ do có con cháu và gia đình đến thăm, nên bà vui vẻ và nói chuyện với những người chung quanh. Sau khi lấy thức ăn và nước uống cho tất cả các bàn xong, bà Janes supervisor gọi nhỏ tôi lại, nói:

- Hôm nay là sinh nhật của cụ Pamela Houston, nên con cháu cụ đến thăm. Tí nữa sau khi ăn xong, cậu vào phòng lạnh lấy cái bánh *coconut cream-pie* chúng ta hát *Happy Birthday* mừng sinh nhật cụ nhé?

- Ồ... Hôm nay là sinh nhật cụ à? Hèn gì tôi thấy cụ vui hơn thường ngày. Vâng, tôi biết rồi thưa bà Janes.

- Thôi cậu tiếp tục làm việc đi. Khoảng hai mươi phút nữa, nhớ nhé.

- Dạ vâng ạ.

Chúng tôi, sáu người phục vụ gồm có: Mai, chị Hà, anh Mẫn, cô Thắm, cô Hương, và Tiffany cùng bà Janes bước đến bàn của cụ Houston hát bài mừng ngày sinh nhật. Cụ Houston cười tươi và cám ơn chúng tôi. Sau bữa ăn hôm đó, một người đàn ông trung niên khoảng bốn mươi tuổi, có thể là con trai cụ, gọi tôi lại đưa cho tôi tờ giấy một trăm đô và nói:

- Tặng cho cậu. Cám ơn cậu đã phục vụ cho mẹ tôi ở đây. Bà ấy vui lắm, bà ấy rất thích cậu. Cậu lấy giúp cho tôi vui nhé?

Tôi nhớ lại lời dặn của bà Janes trong ngày phỏng vấn là không được lấy tiền típ của khách, nên tôi đã nói lại với ông ấy:

- Tôi rất cám ơn ông. Được phục vụ cho bà và mọi người ở đây là niềm vui của chúng tôi. Nhưng tôi không thể nhận số tiền này vì luật lệ của viện dưỡng lão này không cho nhân viên nhận tiền típ ạ. Rất cám ơn ông và xin ông hãy cất lại số tiền này.

Người trung niên nghe tôi giải thích xong, ngần ngừ đôi phút rồi cất tiền vào ví. Sau đó ông ta tìm đến bà Janes và nói gì đó với bà.

Kể từ hôm sinh nhật bà Pamela Houston cho đến sau này, bữa ăn nào của tôi cũng được bà Janes dành cho những đĩa bánh ngọt sau mỗi bữa. Ở viện dưỡng lão, có luật là sau khi phục cho những người sống ở đây ăn xong, nhân viên mới được quyền lấy thức ăn và cất vào ngăn tủ dành cho nhân viên. Sau khi làm việc và dọn dẹp xong, nhân viên mới được mang thức ăn về phòng ăn mới được dùng. Nhân viên phục vụ chỉ được ăn những món chính, còn bánh ngọt khi nào có dư lại mới được dùng. Nhiều lần, tuy đã hết bánh dư (những miếng bánh đã cắt sẵn để trong dĩa) nhưng bà Janes vẫn cắt bánh mới cho tôi.

Hôm đó tối thứ Tư, tôi vẫn làm việc ở The Virginian như thường lệ. Sau khi dọn dẹp ly tách, bát đĩa xong, chúng tôi cuộn hết tất cả khăn trải bàn và khăn lau miệng cho vào những chiếc bao lớn để giặt sấy. Rồi vào tủ lấy thức ăn đem xuống phòng ăn của nhân viên để ăn tối. Trong lúc chúng tôi đang ăn tối, bà Janes đến. Trên tay bà là một chiếc bánh cà rốt hạt hạnh nhân, trên có một ngọn nến đang lung linh cháy. Bà Janes đem đến để trên bàn ăn của nhân viên trong phòng chúng tôi và bắt đầu hát bài mừng sinh nhật. Mọi người cùng nhau hát bài hát mừng sinh nhật. Một vài người nhìn quanh rồi hỏi bà Janes:

- Mrs. Janes, hôm nay là sinh nhật ai trong phòng này vậy?

Bà Janes chỉ qua tôi, nói:

- Sinh nhật của Pete.

Tôi tròn mắt ngạc nhiên và nói:

- Hôm nay đâu phải sinh nhật của tôi. Sinh nhật tôi đã qua hai ngày rồi mà.

Chị Hà đánh vào tay tôi một cái. Chị nhìn tôi cười và nói:

- Vậy đúng là sinh nhật của em rồi. Thứ Hai vừa rồi em đâu có đi làm. Mừng sinh nhật trễ một hai ngày đâu có sao. Thôi em hãy cầu nguyện và thổi nến đi để mọi người chờ. Happy Birthday em nhé!

- Dạ em cám ơn chị. Em ngạc nhiên lắm đó...

Mai, anh Mẫn, cô Thắm, cô Hương và mọi người trong viện dưỡng lão đều tới chúc mừng sinh nhật tôi. Lần đầu tiên trong đời tôi được mừng sinh nhật, nên tôi đứng ló ngó không biết làm gì. Khi còn ở Việt Nam, gia đình tôi cơm không đủ ăn lấy đâu mà mua bánh mừng sinh nhật. Thậm chí ngày sinh của tôi hay của bất kỳ ai trong nhà cũng là ngày bình thường như mọi ngày. Những năm sau này, khi chúng tôi đến Mỹ, mặc dầu đầy đủ vật chất, nhưng gia đình ai cũng bận rộn và cũng không bao giờ mừng sinh nhật, nên chúng tôi dường như quên hẳn đi ngày sinh của mình. Thấy tôi đứng im như pho tượng, mọi người trong phòng cổ vũ:

- Hãy cầu nguyện.... Hãy cầu nguyện....

Tôi đứng trước chiếc bánh sinh nhật, nhìn ngọn nến đang lung linh cháy, tôi chẳng biết mình có ước mơ hay cầu nguyện gì. Tôi xúc động, hạnh phúc muốn rơi lệ. Tôi nhìn qua bà Janes và nói:

- Tôi rất cảm động và muốn khóc bà Janes ạ. Cám ơn bà. Cám ơn mọi người đã mừng sinh nhật cho tôi.

Nói rồi tôi thổi nến sinh nhật mà không cầu nguyện điều gì. Thổi nến xong, mọi người vỗ tay và chúc mừng sinh nhật tôi lần nữa. Bà Janes đưa cho tôi con dao, nói:

- *Happy birthday to you, again.* Cậu hãy cắt bánh và chia cho mọi người ăn cùng. Phần còn lại cậu có thể đem về.

- Dạ, cám ơn bà. Bà Janes ạ.

Sau khi chia bánh cho mọi ở *The Virginian* ăn xong. Trên bàn cái bánh còn hơn phân nửa. Chị Hà giúp tôi bỏ phần còn lại vào cái hộp giấy và đưa cho tôi. Đó là lần đầu trong gia đình tôi ăn bánh sinh nhật của mình.

Làm việc ở viện dưỡng lão *The Virginian* được gần hai năm, cũng là lúc tôi tốt nghiệp trung học. Tôi đã nộp đơn đi đại học xa nhà và cũng báo tin cho bà Janes biết là tôi sẽ không làm việc ở đây nữa. Bà Janes nghe tôi chuẩn bị đi học xa, bà ấy vui lắm và chúc mừng cho tôi.

Hết mùa hè năm đó, tôi chào từ biệt bà Janes, Mai, anh Mẫn, cô Thắm, cô Hương và cùng tất cả mọi người ở The Virginian để tiếp tục cuộc hành trình tìm tương lai cho mình. Tôi nghĩ mình sẽ luôn nhớ mãi những người bạn, những anh chị làm chung. Bà Janes, người supervise thật dễ thương, trong suốt cuộc đời này.

Mỗi năm cứ đến ngày sinh nhật của mình, đứng trước chiếc bánh và ngọn nến lung linh cháy, tôi lại nhớ đến cảm giác hạnh phúc gần như muốn khóc của mình trong lần đầu mừng sinh nhật năm mười bảy tuổi ở The Virginian. Tôi mới mãi đến mùi vị thơm ngọt của chiếc bánh cà rốt hạnh nhân năm nào.

Chuyện Ở Ký Túc Xá Johnson Hall

Xe ngừng lại trước cổng ký túc xá Johnson Hall của trường đại học Virginia Commonwealth, anh trai khều tay tôi và nói nhỏ:

- Ê, sao mày chọn cái trường gì mà ghê vậy?

- Dạ ... Em cũng không biết.

- Tao thấy trường này coi bộ không ổn rồi đó nha.

Tôi im lặng không nói gì. Đưa mắt nhìn qua ba và mẹ, chắc có lẽ ba mẹ tôi cũng lo lắng giống như anh trai vậy. Tôi là người đầu tiên trong gia đình đi đại học và học xa nhà. Mọi người trong gia đình ai cũng mừng và háo hức chờ ngày đưa tôi đi học. Nhưng khi đến đây rồi, những háo hức của gia đình lúc đầu dường như tan biến. Thay vào đó là những cảm giác lo lắng và sợ sệt cho sự an nguy của tôi khi đến đây.

Bốn năm định cư tại Hoa Kỳ, cả nhà tôi chưa bao giờ ra khỏi vùng chúng tôi ở. Hôm nay là lần đầu tiên chúng tôi rời khỏi nơi chúng tôi sống để đến một thành phố mới lạ, nơi mà tôi, con em của gia đình, sẽ ở lại và học hành trong những năm đại học.

Johnson Hall là một ký túc xá cũ xưa nhất trong các ký túc xá của trường đại học Virginia Comonwealth (VCU). Ký túc xá này được xây dựng vào năm 1915 và được VCU mua lại năm 1950 và trở thành một ký túc xá đầu tiên dành cho sinh viên ở năm học đầu. Ký túc xá Johnson là một toà nhà cao mười hai tầng, phía trước là một công viên nhỏ trên con đường Franklin. Ký túc xá Johnson Hall dành cho sinh viên nam và nữ, nam sinh ở tầng lẻ và nữ sinh ở tầng chẵn.

Ngày đầu tiên ba mẹ, anh chị tôi đưa tôi đến ký túc xá vào khoảng mười một giờ trưa. Trước cổng trường, nơi công viên, có rất nhiều người đang đi lại và chơi đùa. Họ có thể là sinh viên, hoặc những người vô gia cư đang đi dạo. Những người xâm trổ, áo quần nhếch nhác, đầu tóc bù xù đang chơi trợt ván, đá cầu, và nằm nghỉ trong công viên. Khi cả nhà tôi nhìn thấy những người ấy, ai cũng đều lo sợ cho tôi khi một mình sống xa nhà. Chắc có lẽ gia đình tôi lo sợ khi sống ở nơi như vậy tôi sẽ bị ảnh hưởng?

Trong các ký túc xá của trường, tôi chọn ký túc xá Johnson này vì nó là nơi rẻ nhất trong các ký túc xá của trường. Khi đó gia đình tôi mới qua Mỹ và chúng tôi không quen biết ai để hỏi thăm đường đi nước bước. Với lại, gia đình tôi ai cũng bận rộn làm việc mưu sinh, nên không có thời gian chở tôi đi thăm trường học và ký túc xá được. Sau khi gia đình giúp tôi bưng thùng hành trang lên phòng tôi ở, cả nhà ngồi nói chuyện vài phút. Nghe ba mẹ tôi căn dặn vài điều rồi họ cũng ra về.

Đưa ba, mẹ và anh chị tôi ra xe xong, tôi trở vào phòng và bắt đầu dọn dẹp căn phòng nhỏ của mình. Tôi đưa mắt nhìn quanh căn phòng. Căn phòng nhỏ chừng bốn mét chiều ngang và mười mét chiều dài với một chiếc giường chồng nằm trong góc, hai cái tủ đứng cạnh cái giường, hai cái tủ đựng đồ dùng, hai cái bàn học, hai cái ghế. Hành trang đi học của tôi cũng không có gì nhiều ngoài cái ba lô hàng ngày ra chỉ thêm một cái thùng nhựa Rubermaid màu xanh. Bên trong đó có vài bộ đồ, hai bộ drap trải giường, một cái gối ngủ, bút vở, và ít vật dụng linh tinh khác.

Tôi lấy drap trải giường ra trải trên chiếc giường trên cao, còn chiếc giường bên dưới tôi để lại cho bạn chung phòng đến sau. Xong, tôi cất tất cả vật dùng vào tủ rồi đóng cửa phòng lại, đi xuống văn phòng ký túc xá hỏi thăm về chuyện học hành và cuộc sống sinh viên ở đây. Cậu sinh viên đang trực, chỉ tôi đến phòng làm việc của tất cả *Resident Assistant* (trưởng tầng lầu của khu nội trú) để lấy bản đồ cũng như những điều lệ và một số giấy tờ trước khi chúng tôi nhập học. Anh chàng *Resident Assistant* tên Kurt, đeo kính cận là một sinh viên năm thứ ba của trường, anh ấy giải thích cho tôi hiểu những việc cần làm trước khi nhập học. Ví dụ như làm thẻ sinh viên, chọn lớp học, gặp giáo sư, họp mặt các bạn chung tầng ký túc xá,…vv..vv… cho tôi biết. Anh Kurt hẹn tôi năm giờ chiều sẽ gặp nhau ở tầng chúng tôi, phòng 503, phòng dành cho RA, của ký túc xá để nói cho chúng tôi biết thêm về điều lệ của khu ký túc xá này. Cầm những giấy tờ trở về phòng, tôi bỏ chúng lên bàn và lại tiếp tục xuống dưới tầng trệt. Tôi đi dạo một vòng xem qua phòng sinh hoạt, phòng giặt giũ, và những nơi khác trước khi ra khỏi ký túc xá để đi đến thư viện làm thẻ sinh viên.

Rời Johnson Hall, tôi đi qua con hẻm nhỏ, qua trường sân khấu, trường thương mại, rồi mới đến thư viện. Tôi hỏi những người bạn nơi chụp hình làm thẻ sinh viên, họ chỉ tôi xuống tầng hầm nơi phòng máy vi tính. Sau khi điền đơn, chụp hình và làm thẻ sinh viên xong, tôi rời thư viện để đi qua *căn-tin* của trường ăn trưa rồi sau đó trở về ký túc xá.

Về đến phòng mình, James Roades cùng gia đình bạn ấy đã dọn đến. Ba, mẹ và em gái James giúp cậu ấy dọn rất nhiều đồ vào phòng ký túc xá. Ngoài những vật dụng cá nhân ra, cậu ấy còn đem cả tủ lạnh, lò vi sóng, tivi, và rất nhiều vật dụng khác. Lúc về đến phòng, tôi không có chỗ để chen chân. James thấy tôi, cậu ấy đưa tay ra giới thiệu:

- Tôi là James. James Roades! Còn đây là ba mẹ tôi, Bill and Tiffany. Và đây là em gái của tôi, Vannessa. Xin lỗi nha, hơi bừa bộn tí. Tôi hứa sẽ dọn gọn lại. Cậu là Pete phải không?

- Vâng, tôi là Pete. Rất vui khi chúng ta là bạn chung phòng.

- Chào cậu Pete. Chào anh Pete...

Ba mẹ và em gái James chào tôi. Tôi đưa tay bắt lấy tay họ và chào lại:

- Chào ông bà Roades và cô Vannessa. Rất hân hạnh được gặp quý vị.

- Vâng, chào cậu. Nhà cậu ở đâu?

- Dạ nhà tôi ở Alexandria.

- Ồ ... Rất hân hạnh được gặp cậu.

Nói xong, họ quay sang James và nói:

- James, con ở lại dọn dẹp và sắp xếp phòng nhé. Đừng bừa bãi. Ba mẹ và em về nhé. Ở lại vui. Hẹn gặp lại cuối tuần ở nhà...

- Bye Mom, Dad. And bye Vannessa.

Họ đi rồi, tôi hỏi James:

- Hey, James, bạn cần tôi giúp gì không?

- Không sao, tôi làm được. Cậu không đem tủ lạnh, lò vi sóng, hay TV gì sao?

- Ồ không. Hành trang tôi chỉ có cái thùng đằng kia.

- Ờ, cũng tốt. Cậu có thể dùng microwave và refrigerator của tôi nếu cậu cần dùng.

- Vâng, cám ơn James. À cậu đã gặp Kurt, RA của mình chưa?

- Rồi. Khi nãy mình dọn lên có gặp và nói chuyện với Kurt. Chúng mình sẽ có floor meeting lúc năm giờ ở phòng Kurt phải không?

- Vâng, đúng rồi.

Tôi nhìn lên đầu tủ, nơi có cái đồng hồ báo thức, rồi nói với James:

- Giờ cũng sắp đến giờ rồi. Bạn xong chưa?

- Mình xong rồi. Ờ mà phòng của Kurt số mấy vậy?

- 503, bên kia phòng tắm đó. Sau khi ra khỏi thang máy, trước khi đến phòng mình.

- Giờ cũng còn 15 phút. Cậu uống nước ngọt không?

- Không, cám ơn bạn.

James đến tủ lạnh mở ra và lấy chai nước Coca Cola ra uống một hơi hết cả chai rồi cậu bỏ cái chai rỗng vào sọt rác. Lúc James mở tủ lạnh, tôi thấy trong tủ toàn là nước ngọt, nên hỏi James:

- Bạn uống nước ngọt không hả?

- Đúng rồi, mình chỉ uống nước ngọt, không uống nước lã. Mình không uống được nước lã.

Tôi ngạc nhiên nhìn James, cậu giải thích:

- Nước lã khó uống quá vì nó không có mùi vị gì cả. Mình không quen uống...

- Ồ....

James là người bạn share phòng đầu tiên của tôi ở trên đất Mỹ này. James người da mầu, cậu ấy có dáng người cao to vạm vỡ và khuôn mặt dễ nhìn với hàm râu quai nón được cắt tỉa gọn gàng. Cậu ấy có nét hao hao giống cầu thủ bóng rổ Michael Jordan. James cũng là cầu thủ bóng rổ của trường, cậu được học bổng về bóng rổ khi nộp đơn đến trường đại học VCU này. Nhà James ở cách trường chúng tôi học chưa đến hai mươi phút. Nhưng cậu ấy thích sống cuộc sống tự lập, nên ghi danh vào sống ở ký túc xá như chúng tôi. James có một sở thích đó là sưu tầm giày. Cậu ấy có một bộ sưu tập giày gần cả trăm đôi chất đầy dưới gầm giường và trong tủ đứng của ký túc xá. Sống cùng phòng với James, nhưng chúng tôi cũng ít nói chuyện với nhau nhiều vì chúng tôi học khác ngành. James học về thương mại còn tôi học về hóa sinh. Cuối tuần thì James lại về với gia đình, nên chúng tôi cũng ít có dịp để trò chuyện lâu. Có lần tôi hỏi James:

- Này James, cậu mua nhiều giày vậy cậu mang sao hết?

James cười lớn và trả lời tôi:

- Tại chân tôi to, tới size 12 lận. Và giày sẽ làm tôi đẹp trai hơn.

- À mà nè James… Nếu cậu không còn chỗ cất chúng, cậu có thể dùng cái tủ đứng của tôi. Tôi không có đựng gì cả. Cậu tự nhiên dùng nó nhé.

- Cậu có chắc không Pete?

- Vâng...

- Vậy cám ơn cậu nhé.

- Ừa... À mà nhà cậu ở gần đây sao cậu không sống ở nhà cho bớt tiền học mà lại sống ở ký túc xá vậy?

- Tôi thích. Đây là cơ hội tôi sống xa nhà, dại gì mà sống ở gần nhà nữa.

- Vậy sao cậu không đi trường khác xa hơn.

- Tại trường này cho tôi học bổng bóng rổ... Còn cậu sao không học ở George Mason cho gần mà đi VCU?

- À, tôi cũng giống cậu, muốn đi học xa nhà. Với lại hồi đó GMU chưa trả lời đơn của tôi, nên tôi đi VCU luôn.

- Ờ...

Ngoài James là bạn share phòng với tôi ra, ở tầng lầu chúng tôi còn có những người bạn rất đặc biệt khác đó là Marc, John, và Mike. Họ là những sinh viên ngành hội họa, nên đôi lúc những việc họ làm cũng không bình thường. Marc và John ở chung phòng với nhau, đối diện với phòng của James và tôi. Còn John ở cùng với người bạn khác tên Aaron.

Marc người gốc Phi Luật Tân, có lẽ lớn hơn chúng tôi vài ba tuổi. Gia đình Marc qua Mỹ hơn mười năm trước và định cư ở Virginia Beach, cách trường tôi học khoảng hai giờ lái xe. Cậu ấy vẽ rất đẹp, nên thường có nhiều khách hàng nhờ vẽ giùm.

Theo điều lệ của trường, mỗi sinh viên ở ký túc xá bắt buộc phải mua cơm phần của trường (*meals plan*) từ 15, 19, hoặc 21 lần ăn trong một tuần. Mặc dầu mua cơm phần trong ký túc xá, nhưng hiếm khi chúng tôi thấy Marc dùng cơm ở *căn-tin*. Mỗi lần cậu ấy bán được một bức tranh là cậu dùng số tiền đó mua hết thức ăn và bia rượu giấu trong phòng để dùng (ký túc xá cấm bia rượu). Khi nào hết tiền thì chúng tôi mới thấy Marc ở căng tin. Và mỗi lần ăn cơm ở *căn-tin*, cậu chỉ ăn món bắp luộc và gà quay chấm nước xốt cà chua (*ketchup*). Mike là người Mỹ da trắng, tóc vàng, mắt xanh. Mike dáng người nhỏ so với người Mỹ, Mike chỉ cao hơn tôi chừng một hai phân. Mike ở Roanoke, một thành phố núi cách trường chúng tôi khoảng bốn giờ lái xe. Cũng giống như Marc, rất hiếm khi Mike ăn cơm ở *căn-tin*. Mike chỉ thích ăn *Pizza Hut*, thức ăn của chó, và uống nước ngọt. Trong cái tủ đứng của Mike toàn là những thức ăn của chó và nước ngọt. Lúc đầu nghe Marc kể về Mike, chúng tôi không tin cho đến lúc Mike đi vắng, Marc mở tủ cho chúng tôi xem. Xem xong đứa nào cũng trố mắt ra nhìn mà không biết nói gì.

Còn John rất mê xâm mình và đeo khuyên trên người. Trên người John chỗ nào cũng có hình xâm. Mắt, mũi, tai, và lưỡi nơi nào cũng đeo khuyên. John thường hay dắt bạn gái về phòng ngủ lại qua đêm. Tuy John ở chung với bạn cùng phòng là Aaron, nhưng hiếm khi Aaron có mặt trong ký túc xá trong những tháng đầu của học kỳ một. Đến cuối học kỳ một thì Aaron bị cảnh sát bắt và đuổi khỏi trường, nên John sống một mình trong căn phòng ấy. (Tôi sẽ kể cho bạn nghe vì sao Aaron bị bắt ở phần sau.)

Một ngày đẹp trời, ba người bạn Marc, John, và Mike quăng cái ghế ngồi ra ngoài cửa sổ của tầng lầu chúng tôi ở rồi lấy giá, cọ, và màu ra vẽ. Họ ngồi cả buổi để vẽ cảnh chiếc ghế treo tòng teng trên cành cây bên ngoài cửa sổ. Tôi nghe Marc kể lại sau lần đó cả ba bị nhà trường cảnh cáo vì tội phá hoại. Một lần khác, trong lớp hội họa của họ vẽ chân dung khỏa thân. Khi ấy cả ba đem về ký túc xá những tấm tranh dở dang và tiếp tục vẽ ngoài hành lang. Vừa vẽ, họ vừa bình luận tranh của nhau.

Hôm đó là buổi chiều thứ Sáu, sau giờ cơm. Lúc ấy, tôi mới về phòng ký túc xá từ *căn-tin* và đang đọc truyện Z28, cuốn "Bão Ngầm Trên Biển Phong Lan". Đang đọc, tôi phải dừng lại vì tiếng ồn và đùa giỡn của bộ ba Marc, John, và Mike. Tôi bỏ quyển truyện xuống, mở cửa, thò đầu ra ngoài hành lang. Nghe tiếng mở cửa, họ ngừng lại. Thấy tôi, Marc hỏi:

- Hey Pete, chúng tôi làm ồn bạn học bài hả?

- Ồ không, tôi nghe ồn nên tò mò coi thử các bạn làm gì thôi...

- Chúng tôi đang vẽ. Cậu xem không?

Tôi đến nhìn những tấm tranh khỏa thân họ vẽ. Những bức tranh khỏa thân lõa lồ làm tôi cũng đỏ cả mặt. Tôi đưa tay khều Marc và hỏi:

- Mỗi lần các bạn vẽ thường là người mẫu thật hay là tượng vậy?

- Thường là người thật, trừ khi vẽ tĩnh vật mới dùng tượng.

- Các bạn học nghệ thuật, được nhìn mẫu nude thích nhỉ?

- Cũng tùy thôi... Đôi lúc cũng gớm bỏ mịa...

Cả đám cùng cười. John nói:

- Hey, hay là tụi mình nghỉ để mai vẽ tiếp. Hôm nay thứ Sáu mà.... Mình đi Blockbuster mượn phim X về coi không? Pete bạn muốn đi chung với chúng tôi?

- Cũng okay...

Chúng tôi cuốc bộ ra đường Broad, con đường lớn đi đến trung tâm mua sắm, để đón xe buýt. Chúng tôi là sinh viên ở ký túc xá năm đầu nên không ai có xe riêng. Phương tiện đi lại là đi bộ hoặc xe buýt. Và sinh viên của trường được đi xe buýt công cộng miễn phí. Chúng tôi chỉ cần cho tài xế xem chiếc thẻ sinh viên mỗi lần lên xe mà thôi. Lần đầu tiên tôi đến tiệm cho thuê video của Mỹ. Nó rộng lớn và có có một phòng riêng biệt dành cho phim người lớn. Ở đây có quá nhiều phim người lớn đủ thể loại. Thấy tôi lớ ngớ, John hỏi:

- Hey, Pete... Lần đầu hả?

Tôi cười và gật đầu. Thấy vậy, Mike hất mái tóc chẻ hai của hắn ra sau và nói:

- Hey John, hôm nào mày đóng phim của mày và Jessica cho nó coi đi.

- Hahaha...

Cả đám cười rộ lên. John mượn vài bộ phim ở Blockbuster xong, chúng tôi ghé qua tiệm bánh Pizza Hut mua hai cái bánh và ít nước ngọt rồi về ký túc xá xem phim và ăn bánh. Tối hôm đó, coi phim xong, tôi trở về phòng trằn trọc cả đêm.

Nói về Aaron, bạn cùng phòng với John. Aaron là người Mỹ da mầu, dáng người to con và cũng thích xâm mình như John. Nhưng hiếm khi chúng tôi thấy Aaron ở ký túc xá.

Tôi còn nhớ đó là những ngày cuối của học kỳ một, khi trời bắt đầu trở lạnh. Mùa chuyển từ thu sang đông. Chúng tôi ai cũng bận rộn học hành thi cử, nên ít khi ở trong ký túc xá. Đám sinh viên chúng tôi ai cũng cắm đầu vào sách vở học bài thi cho kỳ thi cuối năm. Nơi chúng tôi ở nhiều nhất, trừ những giờ học trong lớp ra, là thư viện trường hoặc *căn-tin*. Ký túc xá chỉ là nơi chúng tôi dùng để ngủ, nghỉ và tắm rửa. Nhưng mỗi đêm khi chúng tôi vừa chợp mắt là chuông báo động khẩn vang lên. Cứ cách một ngày và vào lúc nửa đêm hoặc gần sáng là chuông báo động khẩn reo. Chúng tôi không thể nào ngủ ngon giấc và vào lớp lúc nào cũng ngủ gà ngủ gật. Mỗi lần chuông báo động reo là xe cứu lửa, xe cứu thương, và xe cảnh sát kéo đến, hú còi inh ỏi. Tội nghiệp những cô sinh viên, mỗi lần như vậy các cô chỉ kịp quấn chăn mền và gà gật đi bộ từ tầng 12 xuống tầng trệt. Giữa tháng mười hai giá lạnh, các nữ sinh ra công viên ngồi chờ cho lính cứu hỏa và cảnh sát kiểm tra lại trước khi cho chúng tôi trở về phòng. Hôm nào mệt quá có cô còn chụp ba chụm bảy lại ngủ luôn trên ghế công viên. Chuyện này cứ lập lại ba bốn lần trong một tuần cho đến khi cảnh sát lấy dấu vân tay của tất cả sinh viên nội trú và tìm ra người đã kéo chuông báo động khẩn. Người đó là Aaron. Aaron bị đuổi học, chúng tôi mới được ngủ yên giấc.

Thời gian thấm thoát trôi qua, chúng tôi cũng học xong học kỳ một của năm đầu đại học. Trước ngày lễ Giáng Sinh, tôi được anh trai đón về nhà nghỉ lễ mùa đông để sum họp với gia đình trong đêm Noel và tết Tây. Đêm Noel, những bóng đèn điện lấp lánh trên cây thông Giáng Sinh. Cả nhà chúng tôi ngồi lại bên nhau và nghe tôi kể chuyện học xa nhà ở ký túc xá Johnson Hall; về những người bạn đặc biệt mà tôi quen biết trong năm học vừa qua. Mỗi một ngọn đèn là một người bạn đầy màu sắc ở Johnson Hall.

Pete Mì Tôm

Tối thứ Bảy, ký túc xá Johnson Hall im lặng hơn mọi ngày. Nằm trong phòng đọc sách tôi có thể nghe được tiếng thang máy lên xuống và tiếng chân người ra vào. Quyển sách Biology dày cộm, những hình ảnh, những hàng chữ, bay nhảy loạn cả lên trước mắt nên tôi không thể nào nhét vào đầu được. Chán quá, tôi trèo xuống giường, mang đôi dép xuống phòng sinh hoạt của ký túc xá coi Tivi. Dưới ánh sáng mờ phát ra từ Tivi, căn phòng vắng chỉ có một bóng người đang ngồi coi phim. Tôi ngồi xuống ghế sofa kề bên và xem phim mà không buồn để ý người kia là ai. Ngồi coi phim một hồi tôi ngủ thiếp đi lúc nào chẳng hay.

Ánh sáng đèn điện được bật lên sau bộ phim vừa hết. Tôi giật mình, mở mắt. Người ngồi bên kia sofa nhìn tôi mỉm cười. Một cô gái dáng người nhỏ con, trong bộ đồ ngủ bên cạnh con gấu nhồi bông khá lớn. Cô gái có mái tóc dài nhuộm màu hoe vàng, hàm răng niềng làm miệng cô nàng hơi móm. Nước da cô hơi ngăm đen. Tôi đoán cô ta là người Đại Hàn ở chung ký túc xá với mình. Tôi nhìn cô và gật đầu chào và tự giới thiệu mình:

- Chào… Tôi tên Pete, ở phòng 506. Còn cô?

- Rachel, phòng 811. Rất hân hạnh làm quen...

- Chào Rachel. Rất hân hạnh... Hôm nay phòng Tivi vắng quá nhỉ?

- Thứ Bảy mà...

- Xin lỗi Rachel ở đâu đến trường này học vậy?

- Norfolk.

Hỏi cho có hỏi vậy thôi, chứ tôi cũng không biết những nơi mà Rachel trả lời. Từ hồi qua Mỹ đến nay gần bốn năm tôi có đi đâu ở tiểu bang Virginia này. Rachel hỏi lại tôi:

- Còn bạn?

- À... Mình ở Alexandria...

- Bạn là người Việt phải không?

- Vâng. Còn bạn?

- Cũng người Việt luôn.

- À…Vậy hà? Vậy mà mình cứ tưởng...

- Tưởng người Trung Hoa hay Đại Hàn?

- Đại Hàn... Vậy Rachel có nói được tiếng Việt không?

- Rất ít, nhưng hiểu được khá nhiều...

- Ờ... Rachel sanh bên này phải không?

- Rachel sanh ở Hawaii. Lúc học tiểu học cả gia đình dọn về Norfolk.

- Còn bạn?

- Pete mới qua Mỹ được bốn năm...

- Ồ... Chắc tiếng Việt giỏi lắm hả? Pete có thể nói tiếng Việt với Rachel cũng được. Rachel hiểu mà... Nhưng Rachel sẽ trả lời bằng tiếng Anh... Hi hi hi...

- Cũng được...

Chúng tôi nói về chuyện học và các ngành nghề cũng như những dự tính tương lai sau khi ra trường sẽ làm gì. Rachel nói với tôi rằng cô thích học y tá và muốn trở thành một y tá chăm sóc các em bé. Chúng tôi nói chuyện trên trời dưới đất gần một giờ đồng hồ rồi chia tay trở về phòng ngủ.

Sáng Chủ Nhật, tôi thức dậy chuẩn bị đến căn-tin để ăn sáng. Ra khỏi cửa ký túc xá, tôi gặp lại Rachel đang đứng. Hình như Rachel đang đợi ai đó. Tôi chào:

- Chào buổi sáng Rachel.

- Chào buổi sáng Pete... Bạn định đi đâu vậy?

- À mình tính qua căn-tin ăn sáng. Còn bạn?

- Đang chờ người anh họ chở đi ăn Phở Pete muốn đi ăn phở chung không?

- Cám ơn Rachel. Chắc để dịp khác.

Tôi đứng nói chuyện với Rachel để chờ người anh họ cô ấy đến. Đợi gần nửa giờ đồng hồ, một chiếc xe Honda Civic màu xanh lam trờ tới. Người thanh niên trẻ, mái tóc hoe vàng phủ dài xuống mắt, nhìn tôi mỉm cười chào. Tôi đưa tay chào lại. Rachel bước lên xe. Chiếc xe vụt đi.

Chiều ba mươi Tết Paul, tên người anh họ của Rachel, đến đón chúng tôi ở ký túc xá. Paul chở chúng tôi đến chung cư những người bạn mà chúng tôi quen để chào đón năm mới. Paul lớn hơn tôi một tuổi tôi, nhưng cậu ấy già dặn hơn tôi rất nhiều. Nhà Paul ở Petersburg cách trường chúng tôi học chừng hai mươi phút lái xe. Đang học trung học, Paul bỏ ngang và học làm móng tay. Giờ Paul cũng đã làm được hơn ba năm rồi. Nghe Rachel nói cậu ấy là thợ làm móng tay chuyên nghiệp được rất nhiều người phụ nữ nhờ cậu ấy làm móng vì cậu ấy làm rất khéo và miệng thì lúc nào cũng tía lia tía lịa. Paul tiêu tiền rất hào phóng. Mỗi lần đến đón chúng tôi đi chơi, đi ăn, Paul đều giành trả tiền. Nhiều lần tôi ái ngại nên từ chối. Paul bảo tôi đừng ngại vì Paul đã đi làm được khách cho rất nhiều tiền tips, nên bao cho chúng tôi. Khi nào chúng tôi có tiền thì bao lại.

Trên đường đến chung cư ba người bạn, chúng tôi ghé lại chợ mua một ít trái cây, bánh ngọt, thức ăn và nước uống đến nhà một người bạn để vui chơi trong ngày đầu năm. Đến chung cư ba người bạn Mike, Mark và Hải ở, cửa chính chỉ khép hờ. Chúng tôi đẩy cửa bước vào. Ở phòng khách, tôi thấy các bạn đang coi phim và ăn pizza. Thấy chúng tôi đến, Mike hỏi:

- Sao tới trễ vậy?

Paul trả lời:

- Hôm nay có khách hẹn, nên đến đón Race và Pete trễ. *Sorry* mọi người.

Chúng tôi ngồi xuống sàn nhà coi phim. Vừa coi hết bộ phim, Paul hỏi:

- Hôm nay Tết hay là mình chơi bài ăn tiền đi? Ở nhà mấy you có bộ bài nào không?

- Hay đó, nhưng chắc tụi này không có bài.

- Được rồi, để Paul chạy ra Seven Eleven mua rồi về mình chơi vài ván cho vui.

Trong lúc chờ đợi Paul về, chúng tôi lại tiếp tục bỏ bộ phim mới vào coi. Nửa tiếng đồng hồ sau Paul về đến. Chúng tôi năm người Paul, Mike, Mark, Hải và tôi chơi bài Xì Tố. Rachel vẫn ngồi coi phim và ăn chips bên cạnh. Rachel nói cô ấy không biết chơi, nên cô tiếp tục coi phim. Chơi hơn chục ván bài, tôi đã thua sạch số tiền ba mươi đô mình có, nên bốn bạn còn lại chơi bài Tiến Lên. Không chơi bài, tôi ngồi coi phim và nói chuyện cùng Rachel.

Qua hơn bốn tháng chúng tôi quen nhau ở ký túc xá Johnson Hall, tiếng Việt của Rachel khá hơn rất nhiều. Rachel có thể trả lời tiếng Việt lại với tôi mỗi khi tôi hỏi. Tuy phát âm của nàng vẫn còn lơ lớ và pha trộn với tiếng Anh. Nghe ngồ ngộ và rất dễ thương. Tôi biết nàng đã cố gắng học tiếng Việt. Bốn người bạn tiếp tục chơi bài cho đến mười một giờ rồi cả đám chúng tôi rủ nhau đi chùa đầu năm. Sáu đứa chúng tôi chất lên chiếc xe Honda Civic của Paul đến chùa Huệ Quang để hái lộc ngày đầu năm. Paul cầm lái. Rachel ngồi trước, còn bốn đứa chúng tôi nhét vào băng ghế sau của chiếc xe. Từ chung cư Tree House đến chùa Huệ Quang cũng hơn nửa tiếng đồng hồ. Lúc chúng tôi đến chùa đông nghịt người. Chúng tôi phải đậu xe ra phía sau rừng cây của chùa. Nói là chùa chứ thật ra đó là một căn nhà nhỏ nằm trên con đường Hungary. Chúng tôi không thể chen chân vô chùa để xin lộc được nên đã đứng bên ngoài nhìn mọi người xếp hàng rồng rắn để được Thầy ban lộc cho chúng tôi. Mùi hương trầm nghi ngút khói xông ra từ chánh điện của ngôi chùa làm tôi nhớ về những ngày Tết khi còn ở quê nhà. Mỗi năm, ngày mồng một Tết, Mẹ thường dắt chúng tôi đi chùa để nhờ thợ chụp hình gởi qua cho ba của chúng tôi đang ở đảo Phi Luật. Qua hơn mười hai giờ phật tử đi chùa đã về bớt, chúng tôi mới xếp hàng vào nhận lộc ngày đầu năm. Lộc ngày đầu năm chùa tặng là một quả quít tươi mọng nước và một phong bao lì xì màu đỏ bên trong có tờ một đô mới tinh có đóng con dấu màu đỏ của chùa. Nhận xong lộc, chúng tôi lại thắp hương lạy Phật. Trong sáu người chúng tôi chỉ có Mike và Hải là không thắp hương. Paul và Rachel thắp hương xong quỳ xuống lạy ba lạy rất bài bản. Lạy xong họ còn lấy tiền ra bỏ vào thùng phước sương. Sau khi ra cửa, tôi hỏi Paul:

- Hồi nãy thấy cậu và Rachel lạy Phật rất rành, cậu theo đạo Phật à?

- Đúng rồi. Gia đình mình và Race theo đạo Phật. Bọn mình gốc Huế, nên ngày đầu năm nào cũng phải đi chùa lạy Phật.

- À thì ra vậy.

- Cậu cũng vậy à?

- Vâng, nhưng đây là lần đầu tiên mình đi chùa sau khi qua Mỹ này. Chùa bên Mỹ này không giống chùa cho lắm. Giống nhà dân hơn.

- Tại cậu chưa đi chùa bên Cali hay Texas đó. Chắc ở Richmond này ít người Việt nên chùa chưa phát triển.

- Ừa chắc vậy.

Đang nói chuyện với tôi, Paul quay qua Mike và Hải hỏi:

- Hai bạn sao hồi nãy không thắp hương?

Mike trả lời:

- Phải thắp hương sao? Mình không biết. Mình thấy có người nhận quà xong đi ra, nên mình cũng đi ra. Ở trong đó mình chịu không nổi mùi hương quá nồng.

Hải tiếp:

- Mình theo đạo Tin Lành, nên không thắp hương...

Paul tiếp:

- Ồ.... Giờ đón Giao Thừa xong, mình về lại chơi bài và coi phim cho tới sáng chịu không? Mọi người okay chứ?

Rồi Paul quay qua hỏi Rachel:

- Em có muốn về dorm trước không? Hay đi chung với tụi anh?

- Em sao cũng được.

- Vậy trở lại apartment chơi khi nào em muốn về thì nói anh chở em và Pete về chịu không?

- Okay... Nhưng anh không được méc với uncle là em đi chơi khuya.

- Trời... Anh đâu có khùng đến vậy. Cậu nhờ anh coi chừng em mà... Hi hi...

Paul chở chúng tôi trở về chung cư ba người bạn. Về đến nhà, Paul hỏi tôi:

- Hey, Pete. Có chơi bài chung với tụi này nữa không?

Mình cho mượn tiền đánh cho vui.

- Ồ không, mình không chơi nữa. Các bạn chơi đi. Mình coi phim và nói chuyện với Rachel cho cô ấy đỡ chán.

Ngồi coi phim một đỗi, tôi thấy hơi đói bụng nên hỏi các bạn:

- Mike, Hải và Mark, nhà các bạn có mì gói không, mình thấy đói bụng?

- Cái gì chứ mì gói thì tụi mình còn nhiều. Trong tủ kế bên tủ lạnh đó.

Mike trả lời.

- Cho Hải một tô luôn nha.

- Paul cũng muốn ăn.

- Còn ai ăn nữa, mình nấu luôn? Rachel ăn không?

- Sure. Okay. Cám ơn Pete.

- Có tôm và rau trong tủ lạnh đó Pete, lấy nấu cho ngon.

- Mark một tô luôn.

Mark nói vào.

- Hải cũng muốn ăn.

- Vậy để Pete nấu mỗi người một tô mình ăn khuya luôn nhé.

- Tuyệt vời. Cám ơn Pete. Tí nữa tụi này cho tiền tê cho hihihi....

Tôi xuống nhà bếp, mở tủ lạnh tìm đồ nấu mì ăn khuya. Tôi bắt nước sôi lên rồi bỏ tôm và thịt bò vào sau đó thả mì khô và những gói bột nêm vào, tắt bếp. Sau đó tôi cho thêm tí hành ngò, vài cọng rau diếp vào tô mì ăn cho đỡ ngán. Đang loay hoay trong bếp, Rachel xuống bếp rồi hỏi tôi:

- Pete có cần giúp gì không?

- Sắp xong rồi. Chờ Pete bỏ hành ngò và rau diếp vào nữa là ăn được.

- À, tô của Rachel, Pete đừng bỏ hành nhé. Rachel không ăn được hành.

- Okay. Xong rồi.

Tôi gọi lớn các bạn:

- Mì chín rồi... Các bạn xuống ăn nhé.

- Okay... Okay... Thanks Pete...

Mọi người úp bài xuống sàn nhà và xuống bếp lấy mì lên phòng khách ăn. Tô mì nóng hổi có thịt bò, tôm, và rau diếp thơm phức. Chúng tôi vừa ăn mì vừa nói chuyện. Ai cũng vừa ăn vừa khen mì ngon. Chắc có lẽ là cả ngày chúng tôi chỉ ăn pizza, chips, và uống nước ngọt, nên khi được ăn tô mì nóng hổi nên ai cũng thấy ngon. Kể từ hôm đó bạn bè gọi tôi là Pete mì tôm.

Hội Sinh Viên Việt Nam

Ra khỏi lớp toán, lớp học cuối buổi chiều thứ Sáu, tôi đi ngang qua khu giải trí dành cho sinh viên. *Student Commons l*à nơi có phòng máy computer để lên internet trò chuyện với bạn bè. Vào cuối thế kỷ thứ hai mươi, lúc đó computer và điện thoại thông minh chưa thịnh hành như bây giờ. Mạng xã hội như Facebook, Twitter, Yahoo messenger, WeChat, Snapchat... cũng không. Sinh viên chúng tôi thường dùng IRC (**Internet Relay Chat**), chữ trắng hoặc xanh dương trên màn hình đen, để trò chuyện với bạn bè. Và mỗi lần dùng máy vi tính ở trường chỉ dùng được một tiếng đồng hồ mà thôi. Chiều thứ Sáu phòng máy lúc nào cũng luôn đông nghịt sinh viên. Lúc tôi đến, không còn máy nào trống, nên đành lang thang đến phòng chơi billard, bóng bàn và video games để coi các bạn sinh viên chơi. Trong phòng giải trí, tôi thấy một vài sinh viên Á Châu đang chơi billard. Một người trong phòng chơi billard thấy tôi đến, hỏi:

- Hey, người Việt hả?

Tôi cười, gật đầu và trả lời:

- Dạ, người Việt...

- Tên gì và học năm mấy rồi?

- Dạ em tên Phú. Mới năm nhất.

- Hèn gì thấy lạ quá. Phú chơi bi-da không?

- Dạ em chơi dở lắm, nhìn mấy anh chơi cũng được.

- Anh tên Tráng.

- Anh tên Đức.

- Anh tên Cường.

- Anh tên Thanh.

Anh tên Cường hỏi tôi:

- Phú ở Richmond hay ở đâu tới?

- Dạ em ở NOVA (Northern Virginia) xuống.

- Vậy giờ ở đâu?

- Dạ em ở trong *dorm* đó.

- Ờ... Sao không ở ngoài mà ở trong dorm, chán chết.

- Dạ tại em cũng không quen ai...

- Ờ...

Ở phòng chơi billard chừng nửa tiếng, anh bạn mới quen, tên Tùng nói:

- Thôi tới giờ tập rồi, mình đi thôi.

Anh tên Tráng quay sang tôi rồi hỏi:

- Em rảnh không, đi lên lầu với tụi này coi các bạn tập văn nghệ cho Tết show?

- Tết show là gì vậy anh?

- Tết show là đêm văn nghệ Tết của sinh viên Việt Nam trường mình tổ chức đó.

- Ồ hay quá. Thường thì thứ Sáu em cũng không làm gì. Hết ở đây rồi qua computer lab chat với bạn bè cho vui thôi.

- Vậy thì đi theo tụi này chắc sẽ có thêm nhiều bạn mới.

Sau khi trả tiền billard và lấy lại thẻ sinh viên xong, chúng tôi đi lên lầu của Student Commons, nơi có những phòng họp, để xem các bạn tập văn nghệ Tết. Các anh chị ở những lớp trước đang tập múa, tập hát và diễn kịch để chuẩn bị cho ngày biểu diễn. Lâu lắm rồi tôi mới được xem những tiết mục văn nghệ như thế này, nên thích lắm. Tôi chăm chú coi đến say sưa. Tập múa, hát, kịch đến hơn mười giờ đêm, các anh chị mới ra về. Trước khi về, họ nhắc tôi vào tháng tới lúc sáu giờ chiều nhớ đến coi văn nghệ Tết. Kể từ hôm đó, tôi biết thêm rất nhiều bạn người Việt. Và cũng từ đó tôi bắt đầu sinh hoạt chung với hội sinh viên Việt Nam tại trường.

Tôi đang đi lang thang ở Student Commons, nghe tiếng ai gọi tên mình. Quay đầu lại nhìn, tôi thấy anh Đức đi chung với một người bạn của anh ấy. Tôi dừng lại, đợi cho hai anh ấy đến:

- Hi anh Đức. Anh khoẻ không?

- Bình thường, bình thường...

Anh Đức quay sang bên người bạn và giới thiệu:

- Bạn anh, tên Ngân. Còn đây là Phú.

- Dạ… Chào anh Ngân.

Anh Ngân lớn hơn tôi độ vài tuổi, anh có mái tóc dài và cột đuôi tôm. Hàm râu quai nón được cắt tỉa gọn gàng, trông nghệ sĩ lắm. Anh ở Virginia Beach và mới chuyển từ một trường cộng đồng về học ở VCU này. Anh hỏi tôi:

- Phú hiện giờ ở đâu?

- Dạ em ở trong *dorm*. Ở Johnson Hall, trên đường Franklin.

- Ồ, vậy cũng gần anh. Anh ở Chesterfield building. Giờ rảnh không qua nhà anh ăn cơm. Ở trong *dorm* chắc thèm đồ ăn Việt lắm phải không?

- Dạ, thèm lắm, nhưng em ăn trong *cafeteria* riết hồi cũng quen.

- Ờ...

Anh quay sang bên anh Đức và hỏi:

- Ông còn lớp không? Nếu hết thì qua bên tui làm vài chai cho vui.

- Ừa cũng được.

Tôi theo anh Đức và anh Ngân đến chung cư anh Ngân ở. Chung cư Chesterfield chỉ cách ký túc xá tôi ở có một block đường. Chung cư này của tư nhân chứ không phải của trường chúng tôi. Bên dưới chung cư này là nhà sách chuyên mua bán những cuốn sách cũ dành cho sinh viên. Chung cư này rất cũ, nằm cạnh trường đại học nên rất nhiều sinh viên ở trọ. Đến chung cư Chesterfield, anh Ngân mở cửa phòng và nói:

- Anh ở đây với hai thằng bạn Mỹ. Mỗi đứa một phòng, thoải mái lắm. Khi nào rảnh rỗi ghé qua chơi. Em ở trong dorm có người Việt không?

- Hình như có hai sinh viên là người Việt, nhưng em chưa gặp.

Anh Ngân quay sang anh Đức hỏi:

- Ê, ông làm với tui một chai nhé? Còn em, uống bia không? Chắc là chưa đủ tuổi?

- Dạ chưa, nhưng cũng sắp rồi. Em hai mươi tuổi.

- Tụi anh lớn hơn em bốn tuổi. Em ăn tối chưa? Anh có... mì gói.

- Dạ cám ơn anh. Khi nãy em có ăn ở *cafeteria* rồi.

Anh Ngân mở cửa phòng cho chúng tôi vào và nói:

- Hai người ngồi chờ tí nha. Tui đi microwave cánh gà rồi anh em mình rai rai.

Anh Ngân đi một hồi rồi quay lại phòng với dĩa cánh gà nóng, hũ dưa chuột muối và vài đôi đũa. Anh để xuống sàn nhà, đi đến đầu tủ trong căn phòng, lấy ra một bịch chíp khoai tây chiên đưa cho tôi và nói:

- Không uống thì nhai đỡ cái này cho vui nha.

- Dạ cám ơn anh.

Tôi nhận lấy bịch khoai tây chiên vừa nhai khoai tây chiên vừa nghe hai anh bạn nói chuyện. Hai anh nói đủ thứ chuyện trên trời dưới đất, lâu lâu hỏi tôi vài câu. Sau đó họ chuyển qua đề tài học và trường lớp, những chuyện học trong lớp computer science, tôi nghe chẳng hiểu và có phần hơi chán. Ngồi chơi gần một tiếng đồng hồ, tôi chào hai anh bạn và về lại ký túc xá.

Đêm văn nghệ mừng xuân của sinh viên trường VCU vào cuối tháng hai. Miền Đông Bắc Hoa Kỳ vẫn còn là mùa đông, ngoài trời gió lạnh. Tuyết nhẹ rơi. Những hoa tuyết nhỏ li ti rơi xuống đường rồi tan dần như những hạt mưa trong gió lạnh. Mặc dù trời lạnh và tuyết, đêm văn nghệ vẫn diễn ra như đã định. Tôi mặc áo ấm vào và lội bộ qua Student Commons để xem văn nghệ của Hội Sinh Viên. Có lẽ tôi đến sớm, nên sân khấu còn đang chuẩn bị. Các anh chị sinh viên lớp trước đang trang trí và sắp xếp ghế ngồi. Thấy tôi đến, anh Tráng gọi:

- Em lại giúp tụi anh cái này...

Thế là tôi bị kéo vào và giúp các anh chị trong đêm văn nghệ. Gần bảy giờ tối, chương trình văn nghệ bắt đầu. Một anh bạn có cái bụng tròn, mặt bầu bĩnh, có nụ cười phúc hậu như ông địa, cầm một chồng báo mỏng và những tờ chương trình đêm văn nghệ đứng trước cửa, thấy tôi từ trong khán phòng bước ra, nên anh gọi tôi lại:

- Em.... Em....

- Dạ...

- Ờ... À... Thấy em hơi lạ lạ, sinh viên mới hả?

- Dạ, em học năm đầu. Em tên Phú.

- Ờ.... Ờ... Anh tên Triều.

- Phú đang làm gì? Có bận gì không? Tí nữa có thể giúp anh phát tờ chương trình và bích báo cho quan khách được không?

- Dạ okay.

Tôi nhận chồng bích báo và tờ chương trình đứng trước cửa để phân phát cho khán thính giả của đêm văn nghệ hôm ấy. Đêm văn nghệ bắt đầu vào lúc bảy hai mươi, trễ hơn trong tờ chương trình hai mươi phút. Ngoài trời tuyết rơi nhẹ, nhưng bên trong các bạn sinh viên hát những bài hát đón mùa xuân đến thật ấm áp và đầy cảm xúc.

Sau khi phát tờ chương trình và tờ báo Xuân của Hội Sinh Viên xong, tôi tìm chiếc ghế trống gần cửa ra vào và ngồi xuống xem văn nghệ. Trong khán phòng, tôi chăm chú lắng nghe, thả hồn mình mơ màng nghĩ đến nơi quê nhà với những ngày cuối năm được sum họp với gia đình. Trên sân khấu, anh Tráng và những anh sinh viên khác đang diễn lại hoạt cảnh ngày xuân trong bài hát Xuân Này Con Không Về của nhạc sĩ Trịnh Lâm Ngân... Anh Tráng trong bộ đồ rằn ri của lính cất tiếng hát: *"...Bên mái tranh nghèo ngồi quanh bếp hồng trông bánh chưng ngồi chờ sáng...."*

Nhìn những hình ảnh của nồi bánh, tôi lại nhớ về những ngày còn nhỏ khi còn ở Việt Nam. Những háo hức chờ đợi ngồi canh chừng nồi bánh tét, ngủ gà gật để chờ mẹ vớt cho ăn chiếc bánh ú đầu tiên (chiếc bánh ú bé tẹo còn dư nếp sau khi gói bánh tét xong). Cảm giác ngày cũ trở về như mình đang ở bên cạnh mẹ năm nào, lông tay dựng ngược lên và đôi mắt tôi nháy liên hồi cố kềm lại những giọt nước mắt chực trào ra. Nhưng, hai hàng nước mắt vẫn âm thầm lặng lẽ chảy dài xuống.

Đêm văn nghệ xong cũng gần mười hai giờ đêm, chúng tôi dọn dẹp cho đến một giờ sáng. Dọn dẹp xong, ai cũng đói bụng nên lấy bánh pizza ra ăn. Những miếng bánh pizza lạnh ngắt khô cứng nhưng chúng tôi giành lấy ăn rất ngon. Trong dịp này tôi cũng được các anh chị trong Hội Sinh Viên giới thiệu rất nhiều anh chị cho tôi quen biết cũng như tôi làm quen được rất nhiều bạn sinh viên từ các trường khác đến tham gia đêm văn nghệ của trường VCU.

Dọn dẹp ăn uống xong, tôi về lại ký túc xá cũng gần hai giờ sáng. Hôm nay cuối tuần, James, người bạn share phòng của tôi, đã về nhà với gia đình. Trong căn phòng vắng, một mình, tôi gác tay lên trán. Mắt nhìn lên trần nhà thao thức không ngủ. Tôi trèo xuống giường, lấy giấy bút ra và bắt đầu viết lại cảm giác của mình:

Đêm tĩnh lặng...
Con dế rầu, than vãn
tâm sự buồn có ai để sẻ chia?
tiếng nấc, nghẹn, đem giấu hết trong lòng
chợt trào tuôn giữa đêm khuya cô tịch...
Bao năm rồi con dế buồn lẻ bạn
bơ vơ trôi
xa lạc đến xứ người
giữa đất trời mênh mông như vô tận
chẳng thấy đâu hình bóng của quê nhà.
Đêm tĩnh lặng....
con dế sầu tư lự
kẻ đi xa,
người ở lại: Ai buồn?
Nghe nghẹn ngào, đau nhói nơi lồng ngực
Con dế buồn mong có bạn sẻ chia
Đêm tĩnh lặng...
Con dế sầu, gọi bạn
nghe tiếng lòng: nấc, nghẹn, giữa đêm khuya
Bao năm rồi cố chôn vào dĩ vãng
Bỗng đêm nay: Trực chỉ để tuôn trào
Đêm tĩnh lặng....
Con dế buồn cất tiếng
nghe não lòng của kẻ xa... Quê Hương!

Viết xong bài thơ, tôi tắt đèn và trèo lên giường cố nhắm mắt lại ngủ và mơ về những ngày còn nhỏ khi mình còn ở Việt Nam. Mơ mình đang ngủ gà gật bên nồi bánh Tét để chờ ăn chiếc bánh ú đầu tiên với những hạt nếp dẻo xanh xanh nóng hổi còn dính trên tấm lá chuối. Tôi đưa tay lên quẹt dòng nước dãi từ khoé miệng.

Chung Cư Chesterfield

Hôm nay là ngày đầu tôi dọn đến chung cư Chesterfield ở tạm trong thời gian chờ đợi Ryan, một người bạn đang ở chung, sẽ dọn ra vào tháng mười hai sau khi Ryan ra trường. Căn apartment số 104 này có tất cả ba phòng ngủ riêng biệt. Còn phòng khách, nhà tắm và nhà bếp thì chúng tôi dùng chung. Cách đây vài tháng, anh Ngân, một người bạn học chung trường đại học hỏi tôi dự định gì sau khi năm học kết thúc. Có tính dọn ra ngoài ở hay là vẫn tiếp tục ở ký túc xá? Tôi có nói với anh ấy rằng ở ký túc xá rất bất tiện, tốn nhiều tiền, nên tôi có dự tính và đang tìm một vài người bạn để share phòng. Nghe tôi nói vậy, anh ấy có nói với tôi:

- Hay là nhóc dọn qua bên Chesterfield, khu anh ở nè? Tháng 12 tới roommate của anh ra trường và sẽ trả phòng lại.

- Đợi tới tháng 12 lận à? Vậy trước đó em ở đâu?

- Bên anh còn dư cái phòng khách. Để anh hỏi hai đứa roommates có okay cho em share lại không?

- Vậy anh thuê một tháng bao nhiêu?

- Phòng của anh thì bốn trăm đô. Hai phòng kia mỗi phòng ba trăm tám vì nhỏ hơn phòng của anh. Nếu dùng AC mùa hè thì trả thêm năm mươi đô cho bốn tháng mùa hè. Nhóc dọn qua ở đỡ vài tháng chờ Ryan dọn ra rồi dọn vào phòng của nó.

- Vậy cũng được. Anh hỏi giùm em nhé. Trong thời gian chờ đợi có phòng, em sẽ trả tiền cho mọi người.

- Anh nghĩ chắc okay. Hay là mỗi tháng em trả mỗi đứa năm mươi đô trong thời gian chờ dọn vô?

- Không thành vấn đề. Còn chủ nhà có chịu không?

- Anh nghĩ không sao. Anh làm security cho họ mà. Có gì anh sẽ nói với họ. Với lại họ cũng đỡ mất công tìm người thuê phòng sau khi Ryan dọn ra.

- Dạ! Vậy anh hỏi giùm em nha?

- Ừa...

Từ ký túc xá Johnson Hall, nơi tôi ở năm đầu học đại học, đến chung cư Chesterfield này chỉ có một block đường. Đồ đạc tôi thì không có gì nhiều; ngoài sách vở ra, tôi chỉ có vài bộ đồ. Sau chừng nửa tiếng đồng hồ là tôi đã dọn xong.

Căn phòng của tôi dọn vào ở Chesterfield là phòng khách nhìn xuống con đường Franklin. Đối diện với chung cư Chesterfield này là những căn nhà cổ kính được xây từ thế kỷ thứ 18 với bờ tường gạch đầy dây leo xanh đã được trường đại học Virginia Commonwealth mua lại làm thành những văn phòng nhỏ nhắn, xinh đẹp. Từ cửa sổ phòng khách, tôi có thể nhìn thấy thư viện Campbell trong tầm mắt. Dọn dẹp căn phòng xong, tôi mở cửa sổ, nhìn xuống đường. Tôi thấy những sinh viên đi lại bên dưới cho tôi một cảm giác rất thích. Không như ở ký túc xá mà tôi ở năm trước, căn phòng đó chỉ có cái cửa sổ bé tẹo nhìn ra phía sau là cánh quạt to lớn lúc nào cũng quay ù của giàn máy sưởi. Sau khi dọn dẹp đâu vào đó, tôi đi bộ đến thư viện để trò chuyện cùng bạn bè qua mạng lưới internet. Dạo gần đây tôi có quen với rất nhiều anh chị sinh viên ở các trường đại học khác. Tôi còn quen và tham gia sinh hoạt với một nhóm sinh viên Việt Nam trong nước Mỹ này có tên là Bút Nhóm Âu Cơ, nên khi có thời gian rảnh rỗi là tôi vào mạng lưới internet để trò chuyện và viết thơ văn chia sẻ cùng nhau cho vơi đi ngày tháng của một thời sinh viên.

Trò chuyện một hồi, đói bụng, tôi đi đến *căn-tin* và ăn trưa. Ăn trưa xong, tôi đón xe buýt để đi làm. Tôi vừa xin được việc làm bán thời gian ở phòng thí nghiệm trong trường để kiếm thêm tiền chi tiêu. Mỗi tuần tôi được phép làm từ hai mươi đến hai lăm giờ. Mặc dù gần đến kỳ nghỉ hè, nhưng tôi sẽ không về nhà mà ở lại trường làm việc. Công việc ở phòng thí nghiệm tương đối dễ. Mỗi ngày tôi vào dọn dẹp, chùi rửa những ống nghiệm, lau khô, và khử trùng trước khi để chúng vào phòng tế bào. Đôi lúc phòng thí nghiệm thiếu những dụng cụ để dùng, hoặc thiếu nước sạch thì tôi chỉ cần lấy đầy bình cho những nghiên cứu sinh làm.

Từ phòng thí nghiệm trở về nhà, tôi tra chìa khóa vào ổ và đẩy cửa bước vào. Ngang qua phòng của anh Ngân, tôi thấy cửa phòng không đóng. Anh Ngân đang ngồi trước bàn computer. Thấy tôi, anh gọi:

- Vô đây nói chuyện cho vui nhóc.

- Anh đang bận mà, để khi khác.

- Cũng không bận lắm, anh đang chat với bạn ở vietfun forum thôi. Vừa chat vừa nói chuyện cũng được.

- Dạ thôi, để khi khác.

- Tùy nhóc. À, tí nữa anh đi chợ. Nhóc có muốn đi chung không? Anh chở cho đi.

- Dạ cám ơn anh. Khi nào anh xong, gọi em nhé.

- Okay, tí nữa anh gọi.

Tôi trở về phòng của mình, kéo màn cửa sổ và nhìn ra ngoài. Bây giờ đã xong mùa thi, hầu hết sinh viên đã về với gia đình, nên đường sá vắng hơn. Lâu lâu một vài chiếc xe chạy thoáng qua; một vài sinh viên đang chơi lướt ván trên lối đi bộ. Nhìn một hồi cũng chán, tôi mở thùng Rubbermaid của mình ra tìm cuốn đặc san Lửa Việt đọc. Đang đọc nửa chừng thì anh Ngân bước vào hỏi:

- Nhóc đang làm gì đó?

- Dạ đọc linh tinh thôi.

- Đọc để lấy thêm kinh nghiệm để làm chủ bút cho hội sinh viên hả? Khà khà... Anh rất vui khi được share phòng cùng một chủ nhiệm chủ bút tương lai.

- Hi... Hi.... Đọc giết thời gian thôi chứ cũng không có việc gì làm.

- Nhóc xong chưa? Anh chở đi chợ.

- Okay anh.

Chúng tôi khóa cửa phòng lại và xuống bãi đậu xe. Quẹo ra khỏi bãi đậu xe, chúng tôi lái xe trên con đường Broad về khu West End, khu mua sắm của thành phố. Gần nửa tiếng lái xe, chúng tôi đến chợ. Anh Ngân hỏi tôi:

- Nhóc biết chợ Sam Club không? Có đi bao giờ chưa?

- Dạ chưa. Em chỉ biết Best Buy, Giant, và Walmart thôi chứ chưa đi Sam Club bao giờ. Ở trong bán gì vậy anh?

- Sam Club là chợ bán sỉ, warehouse. Đồ ở đây nhiều và rẻ hơn Walmart, muốn vô phải có membership. Anh lấy membership của ông già anh. Ở trong này có bán hot wings ngon lắm. Lần nào anh đi cũng mua vài bịch bỏ tủ đá ăn với dưa chuột với cơm ngon.

- Dạ.

Chúng tôi đi dạo Sam Club mua đồ dùng. Tôi mua ít trái cây, bịch tôm, bịch cá rô phi filet và một cái túi ngủ. Sau khi trả tiền xong, chúng tôi về nhà nấu cơm tối và dọn ra ăn. Ryan và Frank, hai người bạn share phòng chung với chúng tôi, đã về nghỉ hè cùng gia đình nên căn apartment rất yên lặng và vắng vẻ. Ăn cơm xong, anh Ngân đi xuống lầu làm việc. Anh làm bảo vệ chung cư này từ bảy giờ tối đến bảy giờ sáng.

Đêm đầu tiên lạ nhà, tôi không ngủ được, nên cứ thao thức. Tôi ngồi dậy lấy giấy bút ra viết truyện và làm thơ cho đến khi ngủ gà ngủ gật, mới chui vào túi ngủ để ngủ.

Ba tháng hè cũng trôi qua nhanh. Sinh viên trở lại trường. Con đường Franklin và chung cư Chesterfield nhộn nhịp hơn. Có hôm sinh viên xếp hàng dài để chờ mua những quyển sách cho năm học mới ở tầng bên dưới chung cư. Nhìn những dòng người hối hả đi qua đường, cảm giác rất vui như thể mới tìm lại được một vật kỷ niệm mà mình đã làm mất từ lâu lắm.

Cuối tháng mười hai, Ryan đã dọn ra. Tôi dọn vào phòng của Ryan sau khi quét dọn sạch sẽ. Căn phòng rộng rãi, trống trơn. Bên góc phải có một ngăn tủ chứa đồ dùng. Bốn bức tường trắng và trần nhà cao làm cho tôi có cảm giác như mình đang bị giam giữ. Tôi cảm thấy không quen và thân thuộc như ngoài phòng khách. Căn phòng này có cửa sổ nhìn xuống con hẻm nhỏ đối diện với bãi đậu xe của chung cư Chesterfield. Tuy có phòng riêng, nhưng tôi vẫn thích ra ngồi phòng khách, nhìn xuống đường. Mỗi khi trời nóng, tôi mở cửa sổ he hé để cơn gió nhẹ thổi vào mát rượi. Cảm giác đó như những ngày tôi mới lớn khi ra biển ngồi nhìn những chiếc ghe trở về bến cảng sau những ngày ra biển.

Từ ngày dọn vào phòng mới, tôi thường mời bạn bè về chơi. Và nhất là mỗi lần Hội Sinh Viên có họp hành gì cũng đều ở căn phòng này. Có nhiều đêm chúng tôi thức đến gần sáng để viết bài, trình bày tờ đặc san cho Hội Sinh Viên. Biết bao nhiêu kỷ niệm trong những năm đại học ở Chesterfield.

Lên Núi Cắm Trại

Con đường dốc ngoằn ngoèo dẫn đến đất trại ở Shenandoah mà tôi cứ tưởng rằng mình đang còn ở Việt Nam. Tôi nói với anh Đức, người tài xế đang lái xe:

- Con đường này giống đường đèo ở Việt Nam quá anh Đức hả?

- Cu lại nhớ Việt Nam rồi...

- Thì em thấy giống, nên nhớ đó mà...

Chiếc xe chạy chậm lại rồi rẽ vào một con đường đất. Chạy chừng vài phút, xe dừng lại ở một bãi đất trống bên cạnh con suối. Anh Đức tắt máy xe, bước xuống. Tôi hỏi:

- Ủa mình tới nơi rồi hả anh?

- Ừa.

Tôi bước xuống xe, uốn mình vươn vai cho giãn gân cốt sau mấy giờ đồng hồ ngồi trên xe đi từ Richmond đến đất trại Shenandoah này. Khu đất trại này được Hội Sinh Viên Việt Nam tại trường chúng tôi đang theo học thuê lại trong những ngày cuối tuần của lễ Memorial Day hay còn gọi là Lễ Chiến Sĩ Trận Vong. Lễ Chiến Sĩ Trận Vong là một ngày lễ quốc gia để tưởng nhớ và ghi ơn những chiến sĩ đã bỏ mình hy sinh vì đất nước. Ngày lễ vào ngày thứ hai của cuối tuần tháng năm, trước kỳ nghỉ hè. Khu đất nằm bên sườn núi Blue Ridge, cạnh một con suối nhỏ rất nên thơ.

Chúng tôi vừa dừng xe lại thì mọi người cũng đã đến. Gần hai mươi chiếc xe đậu xếp hàng xung quanh khu đất theo sự chỉ dẫn của anh hội trưởng hội sinh viên. Sau khi đậu xe xong, chúng tôi giúp mọi người khuân vác lều, nồi, niêu, xoong, chảo, hành lý vào bên trong của đất trại, nơi có thảm cỏ xanh mướt để dựng lều.

Mấy tuần trước, tôi được mọi người giao cho việc đi chợ và nấu nướng cùng anh Đức và anh Triều. Anh Đức và anh Triều là sinh viên năm cuối của trường. Nghe các bạn kể lại anh Triều trước kia học ở nhà dòng và lên chức Thầy, nhưng nghe nói đã bỏ nửa chừng, nên các bạn sinh viên gọi thân mật là Cha Triều. Tôi được giao nhiệm vụ này vì mỗi lần hội sinh viên có cuộc họp đều ở phòng chung cư của tôi. Mỗi lần như vậy, tôi đều vào bếp nấu nướng đãi mọi người. Kể từ khi tôi dọn từ ký túc xá Johnson Hall ra chung cư này, tôi đã học nấu ăn và biết nấu hầu hết những món ăn của người Việt. Bởi vậy, tôi được mọi người tin tưởng và giao cho nhiệm vụ đầu bếp. Ở Mỹ không giống như ở Việt Nam, đàn ông con trai vào bếp là chuyện bình thường và nhiều khi còn nấu ăn ngon hơn cả vợ.

Hôm qua, ngày thứ Sáu, anh Đức chở tôi đi đến Eden Center, một khu mua sắm của người Việt vùng Northern Virginia, để mua bánh mì, heo quay, chả lụa, bún, rau, dưa, gạo, mì tôm, thịt gà, thịt bò ...vv...vv... cho hai ngày trại. Hồi đó thành phố Richmond nơi chúng tôi học, chưa có nhiều chợ và tiệm bánh người Việt như bây giờ. Ngoài ra, chúng tôi còn đi chợ Walmart mua chén, dĩa, muỗng, nĩa, ly giấy, nước, và trái cây nữa. Đâu vào đó, chúng tôi đem về phòng trọ của anh Đức để sáng ngày đi đến đất trại.

Anh Triều và mấy anh trong hội giúp các cô nữ sinh dựng lều trại, còn tôi loay hoay với việc chuẩn bị thức ăn vì giờ cũng gần tới giờ cơm trưa. Mới đến, không đủ thời gian để nấu nướng, nên buổi trưa là bánh mì chả luạ kèm ít dưa leo, hành, ngò, cà chua, và muối tiêu hay nước tương. Mọi người dọn tất cả đồ dùng cá nhân vào lều rồi, chúng tôi đứng vòng quanh ăn cơm tay cầm. Ăn bánh mì xong, các cô nữ sinh cắt dưa hấu và cam ra ăn tráng miệng. Ăn uống no nê, chúng tôi rủ nhau đi tắm suối. Hơn bốn mươi người chất đầy lên bốn chiếc xe pickup chạy từ đất trại đến suối thác để tắm. Nước suối vào cuối tháng năm còn lạnh sau một mùa đông phủ đầy tuyết trắng. Vậy mà chúng tôi vẫn nhảy xuống tắm ầm ầm, vừa tắm vừa run. Lạnh quá, chúng tôi tắm chừng hơn nửa tiếng đồng hồ rồi lái xe trở về trại. Có lẽ tắm xong đói bụng, nên một số lục bánh mì chả còn lại ra ăn. Ăn xong, chúng tôi sinh hoạt vòng tròn và chơi những trò chơi nhỏ.

Đến chiều tối, các cô phụ giúp tôi làm thức ăn tối. Tối nay là món bún bò xào hành Tây thêm món canh cải nấu với tôm vì có một vài bạn không ăn thịt bò thêm món mì ly ăn liền, nếu không hợp khẩu vị. Ăn uống xong, chúng tôi đi nhặt củi khô để đốt lửa trại. Mặt trời ở vùng núi dường như đi ngủ sớm hơn ở thành phố. Ráng chiều ửng đỏ sau hàng cây dần chìm vào bóng đêm. Bên bếp lửa hồng, chúng tôi cùng nhau quanh quần hát bài hành khúc sinh viên. Tiếng vỗ tay, tiếng ca hát, tiếng đàn guitar hoà lẫn vào nhau bên bếp lửa tí tách thân tình. Chúng tôi hát hò đến tận tối khuya mới trở về lều để ngủ. Căn lều nhỏ xíu, vậy mà bốn chàng đực rựa chui vào ngủ chung. Đêm trên vùng núi lạnh đến tê tái. Chiếc túi ngủ vẫn không đủ để giữ ấm. Nửa đêm lạnh quá, tôi mò dậy tìm thêm áo ấm để mặc vào. Vậy mà cũng không đủ ấm. Cũng hên là căn lều nhỏ xíu chật chội, nên hơi ấm được truyền cho nhau, nên chúng tôi ngủ rất ngon giấc. Đang ngủ ngon giấc thì bị đánh thức bởi những tiếng nồi niêu xoong chảo của các cô sinh viên. Chắc có lẽ mấy cô lạnh quá không ngủ được, nên phá chúng tôi?

- Dậy, dậy, mau thức dậy.... Đi trại mà ngủ chi nhiều vậy?

Tiếng oang oang của cô sinh viên tên Duy Phương vang dậy cả núi rừng. Núi rừng Shenandoah cũng tỉnh giấc huống hồ chi đám sinh viên chúng tôi. Thức dậy, chúng tôi ăn bánh mì trứng ốp la, bacon và uống trà, cà phê, và ca cao nóng. Cô nàng tên Tuyết hỏi:

- Hồi tối mấy ông ngủ được không?

- Cha Triều ngủ ngáy lớn quá, nên tụi con ngủ chẳng được...

Anh Đức nói.

- Tụi này ngủ được lắm. Chỉ có mấy lều nữ là thức sáng đêm... Chắc mấy nàng sợ ma, nên không dám ngủ?

Anh Hiếu, hội trưởng Hội Sinh Viên nói.

- Không dám sợ đâu, tại lạnh quá, tụi em không ngủ được.

Trang lên tiếng.

- Không ngủ được thì tối nay chui vô lều của cha Triều mà ngủ. Cha Triều mập nhiều mỡ, ấm lắm...

Cả đám cùng cười.

Ăn sáng xong, chúng tôi chia nhau chơi trò tìm bức mật thư. Bốn đội, mỗi đội hơn mười người tìm bức mật thư. Trò chơi truy tìm bức mật thư chỉ có vài anh chị trong ban tổ chức biết, trong đó có anh Triều.... Anh Triều với tính tình hiền lành lúc nào cũng cười hề hề, bị một số sinh viên "hù doạ" là anh giải đáp các câu mật hàm ngay. Sau một hồi dịch bức mật thư có câu "Tôi muốn đi tắm..." Mọi người đều nhảy xuống suối tắm ầm ầm rồi lên hỏi anh Triều:

- Tắm xong rồi, giờ làm gì nữa đây Cha?

Anh cười hề hề và hỏi lại?

- Hồi nãy bức mật thư nói gì?

- "Tôi muốn xuống tắm?" Một bạn đã trả lời?

- Vậy "Tôi" là ai ở đây?

- Chết... Tờ giấy… Tờ giấy muốn tắm chứ không phải mình. Tờ giấy... Tờ giấy đâu rồi?

- Hồi nãy mới để đây mà...

Mọi người nhìn sang anh Triều và hùng hổ đè anh Triều xuống để chọc léc... Anh la oi ói rồi chìa ra tờ giấy khi nãy nói:

- Đây nè... Đây nè...

Thế là mọi người lại tiếp tục đến trạm kế tiếp của cuộc truy tìm bức mật thư. Chơi đến trưa, chúng tôi trở lại khu vực trại, ăn trưa. Trưa hôm nay chúng tôi ăn món thịt kho trứng, cánh gà nướng và canh bí đao nấu với tôm. Chắc có lẽ vì đói bụng nên mọi người ai cũng ăn uống rất tận tình, không có e dè kiểu "nữ sực như miêu". Ăn uống xong, chúng tôi nghỉ trưa, chơi bài và chơi lô tô. Anh chàng Tân có giọng nói lơ lớ tiếng Tàu chợ lớn hô lô tô làm mọi người nghe cười bò lăn. Vừa hô lô tô anh chàng còn kể chuyện vui, cả đám bu lại nghe chuyện anh chàng kể. Đôi lúc anh lại ngơ ngác, không biết thật hay giả bộ, hỏi lại những câu ngớ ngẩn được mọi người cười sặc sụa. Chơi bài và lô tô đến chiều tối, ai cũng thấy đói bụng, nên lục cơm ăn. Cơm tối là bánh mì kẹp thịt bầm (hamburgers), hotdogs và những thức ăn còn lại từ bữa trưa hoặc mì gói.

Ăn tối xong, tôi nấu thêm một nồi chè đậu xanh hạt sen để mọi người ăn khuya.

Đêm nay, chúng tôi ngồi quây quần bên bếp lửa hát cho nhau những bài hát về thời sinh viên, một thời đầy kỷ niệm. Chúng tôi đàn hát cho đến khuya mới trở về lều và ngủ. Chắc có lẽ cả ngày chạy nhảy mệt mỏi, nên đêm nay các cô nữ sinh ngủ trong yên lặng.

Mặt trời thức giấc gần đến đỉnh đầu, nhưng các cô nàng vẫn còn say nồng giấc ngủ trong lều chứ không như sáng hôm qua. Chúng tôi thức dậy sớm hơn mọi người và thu dọn hành lý rinh ra xe. Sau đó trở vô dọn lều. Dọn dẹp gần xong, các cô sinh viên mới lục đục thức dậy đánh răng rửa mặt, dọn hành trang ra xe. Chúng tôi giúp mọi người dọn lều và lái xe ra về. Qua hai ngày đêm ở đất trại Shenadoah, chúng tôi cùng hát hò, sinh hoạt vui chơi bên nhau. Những ngày trại luôn đầy ắp tiếng cười của một thời sinh viên. Trên đường từ núi rừng Shenadoah trở về thành phố Richmond, tôi mơ màng những tràng cười cho đến chiếc xe dừng lại trước cổng chung cư Chesterfield.

Tờ Giấy Phạt

Tám giờ sáng ngày thứ Bảy, chiếc xe Chevrolet Malibu màu đỏ chạy trên xa lộ I-66 về hướng Tây bỗng tăng tốc độ hơn 85 dặm một giờ khi thấy chiếc xe tải chở hàng ở phía trước. Đang ngon trớn, tôi nhìn vào kính chiếu hậu thấy đèn xanh đỏ chớp nháy. Vội giảm tốc độ lại và tấp vào lề đường bên phải chờ đợi nhân viên cảnh sát đến. Ngồi trong xe đợi viên cảnh sát đến chỉ vài phút thôi mà tim tôi đánh thình thịch như thể đang chạy bộ marathon cả ngàn kilômét. Viên cảnh sát đến, gõ vào cái cửa kính ra hiệu cho tôi quay cửa xuống. Anh ta đưa mắt nhìn trong xe một vòng, rồi nhìn tôi hỏi:

- Chào buổi sáng. Anh biết vì sao tôi chặn xe anh lại không?

- Dạ vâng, tại tôi chạy quá tốc độ.

- Vâng, anh lái xe 88 dặm một giờ trên con đường 65 dặm.

- Xin hỏi anh đi đâu mà chạy gấp vậy?

- Dạ tôi thấy giờ này đường vắng và đã tăng tốc để qua mặt chiếc xe tải chở hàng. Vì mỗi lần tôi đi gần xe tải chở hàng là hơi run, nên tôi muốn chạy nhanh lên để qua khỏi.

- Ờ, anh lái xe quá tốc độ có thể nguy hiểm đến anh và những người đang lái xe trên đường. Anh định đi đâu vào sáng nay mà chạy nhanh vậy?

- Xin lỗi anh cảnh sát... Tôi lái xe đến trường Virginia Tech để đón cô bạn về nhà nghỉ lễ Tạ Ơn. Anh có thể tha thứ cho tôi lần này được không?

- Anh cho tôi xem giấy tờ xe và bằng lái.

Tôi mở hộc xe ra lấy giấy tờ và lấy bằng lái giao cho viên cảnh sát. Viên cảnh sát nhận giấy tờ xong và nói:

- Anh chờ tôi chút.

Viên cảnh sát nhận giấy tờ của tôi đưa rồi bỏ đi về phía xe của anh ta. Sau một hồi kiểm tra lịch sử lái xe của tôi xong, anh quay trở lại, trả lại giấy tờ xe và bằng lái cho tôi, xong anh nói:

- Xin anh ký tên vào giấy phạt này. Anh đã chạy quá tốc độ, vì vậy tôi đã viết giấy phạt anh. Anh có thể trả tiền phạt hoặc ra toà ngày 15 tháng 1 vào lúc 7 giờ sáng. Nếu có gì thắc mắc, anh có thể gọi số điện thoại này.

- Vâng, cám ơn anh.

- Chào anh. Nhớ chạy chậm lại vì phía trước còn nhiều cảnh sát đang làm việc lắm. Tôi không muốn anh bị thêm ticket nữa.

- Dạ tôi biết...

Nhận tờ giấy phạt xong, người tôi thẫn thờ không còn háo hức để lái xe đến trường Virginia Tech như hôm qua nữa. Thứ Năm tôi vừa thi xong môn toán và chuẩn bị dọn dẹp để về nhà nghỉ lễ Tạ Ơn. Thời gian này tôi thường nói chuyện với Ngọc, cô bạn gái mà tôi quen biết ở năm đầu đại học trong đêm văn nghệ Tết của trường. Ngọc có đôi mắt to tròn, mái tóc dài chấm vai và có giọng nói trầm nhẹ ngọt ngào của miền sông nước Hậu Giang. Ngọc đến từ trường đại học Virginia Tech, cách trường tôi học khoảng hơn ba giờ lái xe. Nàng sinh hoạt trong hội Sinh Viên Việt Nam của trường nàng học và đêm đó nàng đến trình diễn tiết mục múa nón với bộ đồ bà ba. Sau đêm văn nghệ trường, chúng tôi thường liên lạc và nói chuyện với nhau qua mạng lưới internet. Ngọc rất thích viết lách và làm thơ, nên chúng tôi nói chuyện rất hợp nhau. Những buổi tối thứ sáu cuối tuần, chúng tôi thường hẹn nhau trên mạng internet IRC để nói chuyện, tâm sự. Gia đình Ngọc sinh sống ở vùng Hoa Thịnh đốn cách nhà tôi chừng nửa giờ lái xe, nhưng nàng đi đại đọc Virginia Tech về phía Tây còn tôi học đại học Virginia Commonwealth về phía Nam. Chúng tôi đều là những sinh viên xa nhà, nên nói chuyện với nhau rất hạp.

Tối thứ Sáu chúng tôi nói chuyện với nhau. Tôi hỏi nàng:

- Sắp đến lễ Thanksgiving rồi em chưa về nhà sao mà còn ở lại trường?

- Dạ không, chắc lễ này em không về nhà.

- Sao vậy?

- Ba, má em bận không đi rước em về được. Mấy hôm trước em tính quá giang nhỏ bạn, nhưng tại em còn bận thi lớp sinh học, nên nhỏ bạn đã về nhà rồi.

- Lễ bạn bè ai cũng về hết ở lại buồn lắm. Anh lên chở em về, em chịu không?

- Chắc không? Anh cũng ở ký túc xá giống em làm gì có xe mà đòi chở người ta về.

- Anh có cách của anh mà. Vậy nhé, trưa mai anh sẽ chạy lên đón em rồi mình cùng về nhà.

- Thiệt không vậy?

- Anh có xạo em bao giờ đâu. Hẹn trưa mai nhé. Thôi, giờ anh qua nhà anh bạn tí, có gì trưa mai mình gặp nhau.

- Okay anh, bye anh. Good night anh nhé.

- Good night em.

Rời khỏi phòng computer lab, tôi đi thẳng đến chung cư Chesterfield. Vừa mở cổng chính, anh bạn share phòng tên Ngân và cũng là bảo vệ cho chung cư Chesterfield chào tôi:

- Ê nhóc. Sao hôm nay không chat với nhỏ VT mà về nhà sớm vậy?

- Hihihi ... Dạ tụi em hẹn ngày mai gặp nhau, nên về sớm để chuẩn bị. À, anh Ngân nè, anh có thể giúp chở em ra tiệm Enterprise để thuê xe ngày mai được không?

- Sure. Mướn xe đi thăm người đẹp VT phải không nè?

- Hihihi... Anh biết rồi còn hỏi.

Buổi sáng hôm đó tôi thức dậy thật sớm, tắm rửa sạch sẽ và nhờ anh bạn chở ra thuê xe để đến với người đẹp. Chiếc xe Chevrolet Malibu màu đỏ mới cáu cạnh, êm ru chạy bon

bon trên xa lộ 66. Mới đi chưa đến nửa giờ đồng hồ là tôi bị anh cảnh sát cho ticket. Cầm tờ giấy phạt màu vàng trên tay, người tôi thờ thẫn như kẻ mất hồn. Một lúc sau, tôi mới sực tỉnh và cài dây an toàn để tiếp tục cuộc hành trình.

Sau gần ba tiếng lái xe, tôi cũng đến ký túc xá Main Campbell. Khuôn viên trường đại học Virginia Tech nằm trên đồi cao của vùng núi Blue Ridge ở thị trấn Blackburg. Khuôn viên trường rộng đến ba ngàn mẫu với rất nhiều building đẹp và thơ mộng. Bây giờ là cuối thu, cơn gió nhẹ lành lạnh thổi qua, những chiếc lá phong vàng lác đác rơi xuống thảm cỏ xanh trước ký túc xá Main Campbell rất nên thơ. Tuy không phải là lần đầu tôi đến Blackburg, Virginia Tech này, nhưng lần nào tôi cũng ngẩn ngơ trước vẻ đẹp bình an trong lành ở nơi đây. Tôi đậu xe trước cổng Main Campbell, Ngọc đến bên tôi, nàng cười thật tươi và nói:

- Ngọc tưởng đâu là anh nói giỡn. Anh đói bụng chưa, mình đi qua Dietrick ăn trưa nhé?

- Okay. Anh sao cũng được.

Chúng tôi đến Dietrick để ăn trưa. Thức ăn trong campus ở Virginia Tech ngon hơn ở trường tôi học rất nhiều, nên chúng tôi ăn rất ngon miệng. Ăn trưa xong, Ngọc và tôi đi dạo quanh bờ hồ vịt. Cả trăm chú vịt nhởn nhơ bơi lội trong hồ nước dưới những tàng cây dương liễu rũ lá vàng thật bình yên. Dạo ở hồ vịt một hồi, chúng tôi trở về lại ký túc xá. Tôi giúp Ngọc rinh đồ ra xe và chúng tôi lái xe về thăm gia đình trong dịp lễ Tạ Ơn.

Vị quan toà mặc áo choàng đen ngồi giữa khán phòng, dùng cái búa gõ xuống bàn và gọi tên. Quan toà nói:

- Mr. Pete Vo, cảnh sát Jim Tompkins xin đưa tay phải lên và tuyên thệ rằng những việc hai anh nói trong phiên tòa hôm nay là sự thật.

- Vâng, chúng tôi nói sự thật.

Vị quan toà nhìn viên cảnh sát nói:

- Cảnh sát Tompkins, xin anh cho biết…

- Thưa quan tòa ngày 18 tháng 11 năm 2000, trên xa lộ 66 về hương Tây anh Pete Vo đã chạy xe với tốc độ 88 dặm trên đường cho phép là 65 dặm. Tôi đã yêu cầu anh ấy dừng xe lại và tôi đã biên giấy phạt.

Nghe xong, vị quan toà quay sang tôi và hỏi:

- Mr. Vo, vào ngày 18 tháng 11 năm 2000 anh bị viên cảnh sát Jim Tompkins viết giấy phạt vì tội lái xe quá tốc độ? Anh có giải thích gì không?

- Dạ thưa quan tòa, hôm đó là buổi sáng thứ Bảy cuối tuần, đường rất vắng, chỉ có xe tôi và một chiếc xe tải chở hàng trên xa lộ 66 đi về hướng Tây. Như tôi trình bày với viên cảnh sát Jim Tompkins rằng tôi có cảm giác sợ khi chạy xe ngang qua xe tải chở hàng, nên tôi đã chạy quá tốc độ. Nhưng sau khi qua khỏi xe tải, tôi đã giảm tốc độ rồi.

- Cảnh sát Tompkins, Mr. Vo có nói đúng không?

- Thưa quan toà hoàn toàn đúng.

- Mr. Vo, sau khi xem hồ sơ lý lịch lái xe của anh. Anh chưa từng bị phạm lỗi về luật an toàn giao thông. Đây là lần đầu tiên của anh. Vì vậy, tôi sẽ phạt anh học lớp driving clinic và phạt tám mươi đô đóng tiền lệ phí. Anh cầm giấy này ra văn phòng thư ký để đóng tiền phạt. Tôi quyết định vậy officer Tompkins có ý kiến gì không?

- Dạ không thưa quan toà.

Sau khi trả tiền toà xong, tôi lái xe về khu chung cư. Trả chìa khóa cho anh Ngân, chúng tôi cuốc bộ ra *căn-tin* ăn trưa.

Anh Ngân hỏi:

- Sao Cu? Toà xử sao? Phạt bao nhiêu?

- Dạ phạt tám chục và học lớp driver improvement clinic.

- Ờ cũng okay, không vô record là được rồi.

- Dạ.

Chúng tôi ăn trưa ở *căn-tin* xong, tôi đến thư viện lấy tờ báo để tìm lớp học lái xe dành cho người phạm lỗi. Tôi ghi danh lớp học vào một ngày thứ Bảy đầu tháng Ba.

Đến ngày học, tôi đón xe buýt công cộng để đi. Lớp học lái xe dành cho người phạm lỗi là một phòng hội họp của khách sạn Marriott trên đường Broad được người hướng dẫn thuê lại. Bước vào phòng học, rất nhiều học viên đang ngồi uống cà phê và nước. Đưa mắt nhìn quanh, tôi thấy chiếc ghế trống, ngồi xuống. Tôi rất ngạc nhiên vì lớp học không thấy ai mang theo giấy bút. Học viên trong lớp học đủ mọi lứa tuổi và thành phần.

Đến giờ học, thầy giáo hướng dẫn giới thiệu tên, nói sơ qua về lớp học cũng như nhắc nhở học viên về điều lệ của khách sạn. Sau đó ông ta hỏi cả lớp những lý do vì sao tham dự lớp học này. Những cánh tay giơ lên cho giáo viên biết lý do vì sao. Ngoài những người lái xe quá tốc độ như tôi còn có những người lái xe khi say rượu, vượt đèn đỏ, chạy sai luật lệ giao thông...vv...vv... Ông ta nói với mọi người rằng: "Các bạn nghĩ rằng mình có thể chạy xe nhanh sẽ tiết kiệm được thời gian ư? Không! Các bạn sai rồi vì các bạn sẽ mất đúng một ngày tám tiếng ngồi trong căn phòng này cho hết ngày để nghe tôi nói và xem những đoạn phim. Một vài phút mà bạn nghĩ mình tiết kiệm được đã đánh đổi thời gian hơn tám tiếng, tiền bạc, công sức và đôi khi mạng sống của chính bạn và người khác. Tôi hy vọng rằng trước khi bạn đạp chân ga, bạn nên nghĩ lại buổi học ngày hôm nay...."

Nghe thầy giáo hướng dẫn giảng một tràng dài xong ông mở phim cho chúng tôi xem. Những thước phim, những thống kê, phỏng vấn về tai nạn giao thông, về lái xe uống rượu, về lái xe quá tốc độ, lái xe vượt đèn đỏ, vv..vv... Coi phim hơn hai giờ đồng hồ, thầy giáo dừng lại và nói:

- Bây giờ là 12:15, quý vị có bốn lăm phút để ăn trưa. Sau đó mình trở lại học tiếp. Bên kia đường có tiệm McDonalds, Panera Bread, Dunkin Donuts, nếu quý vị không mang theo thức ăn trưa và không muốn mua thức ăn trong khách sạn. Chúng ta sẽ trở lại lớp học vào lúc một giờ. Hãy nhớ trở lại vì nếu các bạn không trở lại, tôi không thể viết chứng chỉ hoàn thành lớp học cho các bạn sau lớp học được.

Lớp học *driver improvement clinic* trở lại sau giờ ăn trưa. Chúng tôi lại tiếp tục xem những cuốn phim về tai nạn giao thông; những nạn nhân không còn lành lặn nói về cuộc đời của họ sau tai nạn. Ngồi trong lớp học vừa chán vừa buồn ngủ, nhưng tôi cũng ráng học cho xong để lấy chứng chỉ hoàn tất lớp học. Sau khi xem hết những cuốn phim và nghe giảng, người thầy giáo hướng dẫn phát cho chúng tôi một bài kiểm về những gì đã học và xem qua trong thời gian gần bảy giờ đồng hồ qua. Chúng tôi im lặng làm bài kiểm trong vòng nửa giờ đồng hồ. Sau đó người hướng dẫn đọc lại những câu trả lời cho chúng tôi sửa lại nếu sai.

Theo thứ tự lần lượt theo họ tên, người hướng dẫn gọi chúng tôi lên nhận bài kiểm tra và trao cho chúng tôi chứng chỉ hoàn tất của buổi học. Tám giờ đồng hồ dài buồn chán rồi cũng trôi qua. Tôi nhận giấy chứng chỉ về nộp lên DMV và hứa với lòng rằng sẽ lái xe cẩn thận hơn để khỏi phải học cái lớp buồn chán này.

Kẻ Không Nhà Bất Đắc Dĩ

Làm lễ ra trường xong, chúng tôi trở về chung cư dọn dẹp để trả nhà lại cho chủ. Những người bạn share phòng của tôi đã về với gia đình mấy hôm trước. Toàn khu chung cư giờ đây vắng vẻ và im lặng hơn mọi ngày. Bạn bè đã đi hết chỉ còn tôi chưa dọn khỏi. Tôi đã xin được việc làm trong phòng thí nghiệm của trường Virginia Commonwealth University, nên ở lại làm việc chứ không dọn về nhà với gia đình sau bốn năm đại học. Ở phòng thí nghiệm, công việc của tôi là phụ giúp cho một vị bác sĩ nghiên cứu về tế bào gốc từ dây cuống rốn. Trường tôi học có hai khu riêng biệt, một khu dành cho sinh viên đủ mọi ngành nghề; khu còn lại chuyên về y khoa, nha sĩ, dược sĩ, và những môn học liên quan đến khoa học tự nhiên dành cho những sinh viên học cao học hoặc tiến sĩ hoặc nghiên cứu sinh.

Một tháng trước khi chúng tôi làm lễ ra trường. Trong lớp luận án, Danh, một người bạn học chung với tôi hỏi tôi ra trường rồi có dự tính gì? Tôi nói với Danh là mình đã tìm được việc làm ở trong trường rồi nên chắc ở lại đây một thời gian. Danh hỏi:

- Vậy mày ở chỗ cũ hay là dọn đi nơi khác?

- Chắc tao dọn đi chứ *roommates* ra trường dọn đi hết. Một mình không trả nổi tiền thuê ba phòng của khu chung cư.

- Mày tìm được nơi nào chưa?

- Chưa, tao tính nay mai gì đó qua hỏi bên khu Little Saigon bạn bè coi sao. Bên đó dù sao cũng rẻ hơn bên Chesterfield. Nếu không được chắc tao tìm nhà ở off campus rồi lái xe đi làm.

- Hay là mày qua *share* phòng với tao đi. Tụi mình chỉ cần chỗ ngủ thôi, thuê chi căn chung cư cho tốn kém.

- Share phòng với mày à? Có okay không?

- Tao thuê cái den rất gần khu Little Saigon. Tuy một phòng, không bếp núc gì hết, nhưng tụi mình đâu ở trong phòng đâu mà sợ. Tối ngày ở ngoài đường, ở *library*, ăn thì ăn ở ngoài thì cần gì phòng ốc. Mày qua *share* với tao cho vui. Và cũng không giấu gì mày, lúc này tiệm *nails* của ông bà già tao ế nên ổng bả cũng cắt bớt tiền chi tiêu cho tao. Mày *share* với tao, tao lấy mỗi tháng hai trăm thôi. Tao năn nỉ mày đó. Giúp tao nhé?

Thấy thằng bạn nài nỉ quá, tôi cũng do dự, trả lời nó:

- Ừa để tao coi lại.

- Coi lại gì nữa, chút nữa xong lớp, mày qua coi phòng luôn rồi hết mùa học dọn qua nhé.

- Vậy mày không về nhà sao?

- Không về được. Chắc tao còn học ít nhất một năm nữa vì còn thiếu Physical and Analytical Chem. Và tao cũng muốn apply vào MCV học pharmacy nên cũng còn ở đây dài dài.

- Ờ. Cũng được.

- Coi như mày hứa rồi đó nha. Không đổi ý. Thanks my man.

Tan học, chúng tôi về phòng ở của Danh. Phòng này được Danh thuê lại trong một căn nhà cũ; nhà có tường vàng khè hoen ố những vết rêu đen. Căn phòng ở tầng trệt có cửa sổ rộng. Trước khi vào phòng là cửa chính của căn nhà. Căn nhà này đối diện với khu Little Saigon, một khu biệt danh mà sinh viên chúng tôi đặt cho vì nơi đây rất nhiều sinh viên Việt Nam thuê ở. Nhà có ba tầng lầu, được chủ nhân chia ra nhiều phòng nhỏ cho thuê. Có lẽ phòng của Danh là phòng khách của căn nhà này nên không có phòng tắm và nhà vệ sinh bên trong. Thấy tôi ngần ngừ, Danh vội nói:

- Ở đây tiện lắm, gần *library*, gần *căn-tin*, gần tiệm sách, gần Student Commons, rất tiện.

- Vậy mỗi lần dùng bathroom thì ở đâu?

- Trên lầu có nhà vệ sinh chung, mình share chung với thằng freshman đối diện.

- Mày để cho tao ở rồi chủ nhà hỏi thì sao?

- Yên tâm đi. Chủ nhà nó đâu có ở đây đâu mà hỏi. Nó ở khu Riverside, giàu lắm. Please, giúp tao nha? Mày save money nữa mà...

- Ừa, cũng được.

- Thanks my man.

Dọn dẹp sạch sẽ căn phòng của mình xong, tôi qua phòng của hai người bạn xem lại lần nữa trước khi khóa cửa lại và đem trả chìa khóa cho thư ký của khu chung cư. Tôi lái xe qua phòng của Danh thuê. Đậu xe trước cửa nhà, tôi rinh thùng đồ dùng và áo quần của mình vào. Danh vẫn còn ngủ, thấy tôi nó nhừa nhựa:

- Có cần tao giúp gì không?

- Trời giờ này mà còn ngủ.

- Weekend mà mày. Tao tưởng đâu khoảng trưa mày mới qua. Giờ mày qua rồi, chờ tao đánh răng rửa mặt rồi mình đi ăn phở nha? Mừng mày dọn nhà mới. Tao đãi, mày trả tiền.

- Trời đất chủ nhà mà kêu người ở thuê đãi là sao? Không sao, tao đãi cũng được.

Danh đi một lúc, nó trở lại, đẩy cửa phòng bước vô nhìn quanh rồi hỏi:

- Đồ của mày đâu?

Tôi chỉ qua góc phòng, cạnh cửa sổ nói:

- Bên kia kìa.

- Chỉ có nhiêu đó hả?

- Ừa, tao chỉ đem cái nệm xếp nhỏ, cái mền, cái gối và thùng đồ. Còn lại để hết ngoài xe.

- Đem vô đi, trong này còn rộng mà. Don't worry my man...

- Được rồi, không cần đâu. Để ngoài xe cũng okay.

- Tuỳ mày vậy. Đi chưa?

- Ừa, thì đi.

Chúng tôi lái xe đến tiệm phở ở khu chợ người Việt. Ăn phở xong, chúng tôi về. Bỏ Danh xuống trước cổng nhà rồi tôi đi tìm chỗ đậu xe. Trở về phòng, tôi thấy Danh đang chơi games trên máy computer. Mắt không rời khỏi màn hình, nó hỏi tôi:

- Thường weekend mày làm gì?

- Thì tao chạy về NOVA dạy tiếng Việt cho mấy đứa nhỏ và tham gia sinh hoạt cộng đồng trên đó cho vui. Nhưng tuần này dọn nhà, trả phòng, nên tao không về. Còn mày?

- Chơi games chứ còn làm gì nữa.

- Sao mày không tìm việc làm?

- Làm gì giờ. Không có việc gì thích hợp cả.

- Vậy sao mày không về nhà chứ ở đây không làm gì... Không chán hả?

- Dìa làm chi cho ông bà già chửi. Tao nói ông bà già tao ở lại học hè.

- Rồi mày có lấy lớp nào mùa hè không?

- Mấy lớp electives thì xong hết rồi, chỉ còn Physical và Analytical thôi.

- Ờ vậy là phải chờ một năm nữa mới xong. Mùa tới ông Silady dạy Physical dễ ẹc.

- Thì đó, tao chờ ổng dạy nên tao không lấy mùa rồi. Ê mày có thể cho tao mượn thêm hai trăm không?

- Tao mới đưa mày hai trăm tiền nhà hôm thứ kia rồi mà.

- Tao biết. Nhưng tao dẫn nhỏ ghệ đi dinner hết rồi. Thứ Hai đóng tiền nhà mà tao còn thiếu hai trăm. Mày đưa tao trước, tháng tới khỏi phải đưa.

- Cũng được, chút nữa tao ra Student Commons rồi rút cho mày.

- Thanks my man.

Ba tháng hè trôi qua. Bây giờ cuối tháng Tám, sinh viên lục tục trở lại trường, nơi chúng tôi ở nhộn nhịp hơn. Những ngày trong tuần, buổi sáng tôi đón xe buýt của trường đến phòng thí nghiệm để làm việc. Trước khi đến phòng thí nghiệm, tôi ghé qua *căn-tin* mua thức ăn sáng. Làm việc đến trưa, tôi qua ăn trưa ở *căn-tin* hoặc mua thức ăn ngoài đường trước cổng *building* tôi làm (trước cổng trường tôi làm có rất nhiều xe bán thức ăn nhanh của đủ nước từ Thái, Ấn Độ, Việt Nam, Trung Hoa, Sub...vv...vv...). Đến chiều qua *căn-tin* ăn tối hoặc đi ăn thức ăn nhanh bên ngoài. Tối về tắm rửa rồi ngủ. Làm việc đến chiều thứ Sáu, tôi mới lái xe về lại với gia đình vùng Hoa Thịnh Đốn, nơi có nhiều người Việt ở tiểu bang tôi ở, để phụ dạy tiếng Việt cho các em nhỏ và tham gia sinh hoạt cộng đồng. Vì mới ra trường, chưa có nhiều kinh nghiệm, nên lương bổng của tôi cũng không cao so với các bạn học những ngành nghề khác. Ngoài ra tôi còn trả nợ tiền học, tiền bảo hiểm xe, tiền nợ thẻ tín dụng sau những năm đi học đi chơi, nên không còn dư nhiều để thuê căn hộ chung cư riêng. Vả lại tôi độc thân ở một mình suốt ngày trong tuần ở phòng thí nghiệm, tối về chỉ cần chỗ tắm rửa và đặt lưng xuống ngủ thôi nên tôi không định tìm chung cư riêng để dọn ra. Tôi vẫn còn share phòng chung với Danh. Tuy lúc đầu Danh chỉ lấy tiền share phòng hai trăm đô, nhưng vài tháng sau nó nói chủ nhà đòi thêm tiền phòng lên tám trăm, nó đòi tôi thêm hai trăm tiền share phòng. Nghe nó than thở đủ điều. Tôi lại nghĩ dù gì mình cũng có việc làm và nó thì vẫn còn xin tiền của cha mẹ, nên tôi cũng vui chia đều tiền thuê phòng với nó.

Mùa đông năm đó Virginia có bão tuyết, tôi không lái xe về gia đình cuối tuần mà ở lại chung cư. Bão tuyết rơi từ chiều thứ Sáu đến sáng thứ Bảy mới ngưng. Hai ngày thứ Bảy và Chủ Nhật chúng tôi ăn mì gói trừ cơm vì lười lội tuyết đi ra ngoài. Sáng thứ Hai trường đóng cửa, tôi còn ngủ nướng trong phòng. Đang ngủ ngon giấc, Danh đá vào chân tôi, gọi tôi dậy. Nó gọi:

- Pete, thức dậy giùm tao chút.

Tôi còn ngái ngủ nổi quạu với nó:

- Mày để tao ngủ yên có được không?

- Mày thức dậy giùm tao nhanh lên. Landlord tới rồi kìa...

- Thì kệ *landlord* chứ, mày thuê phòng mày trả tiền hàng tháng có gì đâu mà sợ...

- Ờ.... Ờ.... Nhưng.... Để tao nói chuyện với mày sau. Giờ mày giúp giùm tao, chạy lên bathroom trên lầu đi. Ở trên đó nửa tiếng rồi xuống.

Tôi cằn nhằn:

- Thôi được rồi, mệt mày quá...

Ngồi trong phòng tắm gần nửa giờ đồng hồ thời gian dài lê thê. Chán quá, tôi mở cửa phòng tắm đi xuống lầu. Đi được vài bậc thang cấp, tôi thấy một người trung niên chừng bốn lăm năm mươi tuổi ra khỏi phòng của mình. Ông ta đeo kính râm, mặc áo vest rất sang trọng bước ra từ phòng của chúng tôi. Thấy ông, tôi chào:

- Good morning...

Ông đưa mắt nhìn tôi dò xét rồi chào lại:

- Good morning...

Chào xong, ông mở cửa ra khỏi căn nhà. Tôi mở cửa phòng đi vào. Danh thấy tôi hỏi:

- Tao nói mày nửa tiếng mới ra mà ra chi sớm vậy?

- Ở trong đó chán thấy bà. Với lại tao đâu có đồng hồ đâu mà biết canh giờ....

- Thôi chết rồi...

- Có gì đâu mà chết. Mày sợ gì chứ, mày thuê phòng một tháng tám trăm chứ ít gì đâu mà sợ. Hồi tao ở bên Chesterfield cũng trả có năm trăm chứ nhiêu.

- Ờ, nhưng tại.... Tại tao nợ ông ta hai tháng tiền nhà chưa trả rồi, nên chả mới tìm tới đây đòi đó.

- Trời đất. Tháng nào tao cũng đưa tiền nhà cho mày trước cả tuần mà sao không đưa cho người ta?

- Tại lúc này ông bà già tao cắt bớt năm trăm còn có ngàn rưỡi.

- Ngàn rưỡi một tháng là sống phè rồi mày ơi. Mày xài gì dữ vậy? Tao đi làm một tháng cũng lãnh được chừng đó chứ nhiêu.

- Thì tiền xăng rồi dẫn bạn gái dinner nữa chứ.

- Thì mày ít đi lại. Một ngàn rưỡi cộng với bốn trăm tao đưa cũng ngàn chín rồi. Mà mày còn thiếu bao nhiêu?

- Thiếu hai tháng tiền nhà. Mày cho tao mượn trả cho thằng chả được không? Tháng tới ông bà già tao bỏ vô tao rút ra trả lại mày.

- Tao không còn nhiều tiền vậy đâu. Tuần tới tao mới lãnh lương lận.

- Tao cũng còn năm trăm, mày cho tao mượn bảy trăm nữa là đủ hai tháng tiền nhà. Hai tháng tới mày khỏi đưa tiền nữa.

Nó nói xong, vội che miệng lại vì biết mình đã lỡ lời, nó giả lả:

- You are the best... Mày là người tốt nhất.... Cứu giùm nha?

- Gì kỳ vậy? Tao mới đưa mày bốn trăm tuần trước cho tháng này. Giờ đưa bảy trăm là ba tháng chứ sao có hai tháng? Tiền phòng thuê phòng có sáu trăm mà mày nói tao tám trăm. Thằng này xạo quá...

- *Sorry my man*. Tại tao kẹt tiền nên hỏi mượn mày. Mai mốt ông bà già tao gởi tao trả lại cho.

- Mày cứ hỏi mượn trước hoài. Thôi được rồi để tuần tới tao lãnh lương rồi đưa cho mày tám trăm luôn.

- *Thanks my man*. Cám ơn mày nhiều...

Hôm đó là ngày sinh nhật của tiến sĩ mục sư Martin Luther King Jr., trường tôi làm việc đóng cửa nghỉ lễ, nên tôi vẫn còn ở chơi với gia đình vùng Hoa Thịnh Đốn. Đến tối tôi mới trở về phòng. Vừa mở cửa phòng bước vào, tôi gặp lại ông chủ nhà. Thấy tôi mở cửa bước vô phòng, ông nhìn qua Danh và hỏi:

- Ai vậy?

- À, bạn tôi từ D.C. xuống chơi...

Ông nhìn tôi dò xét rồi hỏi:

- Hình như tôi đã thấy cậu ở đâu rồi thì phải?

Tôi cười và trả lời ông:

- Vâng, cách đây ba tuần.

- Ờ... Hèn gì...

Nói xong ông quay qua Danh và nói:

- Tôi cho cậu hết tuần này, nếu cậu còn chưa trả tiền nhà thì cậu dọn ra khỏi đây để tôi tìm người khác.

Tôi nhìn Danh, mặt nó ửng đỏ, đầu lắc lắc, mắt nháy liên hồi... Nó nài nỉ với chủ nhà.

- Xin ông thông cảm cho tôi hết tháng này. Đầu tháng ba mẹ tôi gởi vào trương mục tôi sẽ trả cho ông liền.

- Cậu cứ nói vậy hoài, mà hơn ba tháng rồi cậu chưa trả tiền cho tôi. Thứ Hai nếu tôi không nhận đủ số tiền hai ngàn, cậu dọn ra giùm tôi, còn không tôi sẽ gọi cảnh sát.

Nói xong ông bỏ đi ra ngoài. Ông chủ nhà đi rồi, Danh len lén nhìn tôi, rụt rè nói:

- *Sorry... My man...*

- Mày không cần phải *sorry* tao. Mày lo trả tiền nhà cho chủ nhà kìa...

- Man. Tại bà già tao không chịu cho thêm tiền, nên mới hụt.

- Thì mày ăn mì gói, không dẫn ghệ đi ăn Flemmings nữa là đủ trả tiền nhà chứ gì.

- Ở đó steak ngon mà. Khi nào nhận được tiền tao dẫn mày đi ăn một bữa.

- Tới đó rồi tính ông ơi... Lo mà trả tiền nhà cho người ta.

- Vậy mày còn tiền không, cho tao mượn?

- Mày nghĩ sao vậy? Tao mới đưa mày tám trăm tuần trước. Tao ở đây hết tháng ba mới đưa lại, giờ mày hỏi mượn nữa tiền đâu ra?

- Mày đi làm có tiền mà. MCV trả mày ít lắm cũng hai ngàn một tháng.

- Thôi đi, mệt mày quá. Đi cướp chắc. Mày kiếm việc gì làm đi. Làm student worker cũng được. Lúc *sophomore* tao làm cũng hơn chín đô một giờ. Mày xin làm đi.

- Man, mày giỡn hả, chín đô mà làm gì?

- Thằng này... Mệt mày quá. Không chịu làm thì thôi. Tao không cho mày mượn nữa.

- Không cho mượn chủ nhà đuổi ra đó...

- Là chuyện của mày.

- Bạn bè không lẽ thấy chết không cứu sao? Đuổi ra mày cũng không tìm được chỗ ở.

- *Sorry*, không giúp mày được nữa. Thôi ngủ đi. Ngày mai tao còn đi làm.

- *Good night man*. Suy nghĩ lại đi ráng giúp tao nhé...

Mấy ngày sau đó, xong việc ở phòng thí nghiệm, tôi không còn muốn về phòng. Tôi cố ý tránh gặp mặt Danh vì mỗi lần thấy tôi là nó hỏi mượn tiền. Mỗi ngày sau khi xong việc, tôi ở lại phòng thí nghiệm lên mạng trò chuyện với bạn bè, viết lách và làm thơ để giết thời gian cho đến khuya mới trở về phòng. Sáng tôi thức dậy thật sớm để đi làm. Có nhiều đêm tôi còn ngủ lại ở phòng thí nghiệm cho đến sáng hôm sau. Có lẽ Danh biết tôi cố ý tránh mặt nó, nên nó cũng ngại gặp mặt tôi. Qua đến đầu tháng hai, tôi nói với Danh rằng tôi sẽ dọn ra và trả phòng lại cho nó. Danh hỏi tôi:

- Mày thuê phòng được chưa mà dọn đi?

- Tao chưa tìm, nhưng chắc ở trong lab một thời gian.

- Mày có chắc không? Trong đó đâu có giường chiếu gì đâu sao mà ngủ được?

- Thì ở đây tao cũng đâu có ngủ giường. Tao đem theo cái sleeping bag và ngủ trong office của phòng lab.

- Sorry man. Nhưng nếu mày muốn dọn ra cũng được. Tao nợ mày hai tháng tiền nhà tám trăm khi nào có tao trả lại mày sau.

- Thôi khỏi. Hy vọng mày trả đủ tiền cho chủ nhà không bị đuổi ra.

- Thanks man. Ông bà già tao mới gởi lên hai ngàn, tao trả hết bốn tháng tiền nhà rồi. Chắc cả tháng ăn mì gói trừ cơm quá. Mày cho tao mượn hai trăm được không?

- Hả?

- Please man... Tao trả hết tiền nhà nên không còn tiền ăn nữa.

- Sorry nha.

- Một trăm?

- Ok…Mai đi làm rồi tao rút cho mày mượn.

- Thanks my man. Mày cứu tao đó.

Cuối tuần, tôi lái xe đến nhà trọ Danh thuê và dọn đồ của mình ra xe. Xong, tôi lái xe đến tiệm Walmart mua một chiếc túi ngủ rồi đem cất vào cái tủ ở văn phòng làm việc cùng với vài bộ đồ và dụng cụ cá nhân.

Cũng nên kể cho bạn đọc hiểu rõ, ở phòng thí nghiệm nơi tôi làm việc chỉ có hai người làm đó là bác sĩ tiến sĩ khoa học Dr. Balangni (boss của tôi) và tôi, người phụ tá của bà. Bà là người gốc Malaysia có bằng hành nghề bác sĩ ở Phi Luật Tân sau đó du học tiến sĩ ở đại học Harvard. Trong thời gian bà học tiến sĩ khoa học, bà ôn thi lại bằng hành nghề bác sĩ và trở thành bác sĩ thực tập sau khi xong bằng tiến sĩ đại học Harvard. Sau đó bà tiếp tục học chuyên khoa về bác sĩ khoa nhi sinh thiếu tháng (Neonatal Doctor hay Neonatologist) ở đại học John Hopkins. Học xong bằng chuyên môn làm việc ở trường đại học nơi tôi làm. Vì bà có hai văn bằng vừa là bác sĩ y khoa vừa là nhà nghiên cứu khoa học về ảnh hưởng của thai nhi thiếu tháng từ những người mẹ nghiện ngập, nên bà có hai văn phòng làm việc. Một văn phòng bên bệnh viện khoa nhi, hai là phòng thí nghiệm. Hầu hết thời gian bà ở bên bệnh viện nên văn phòng ở phòng thí nghiệm có mình tôi làm việc. Mỗi ngày bà chỉ ghé qua phòng thí nghiệm chừng nửa tiếng hơn để xem kết quả thử nghiệm hoặc giao việc cho tôi làm. Việc tôi ngủ qua đêm trong phòng thí nghiệm không ảnh hưởng đến ai. Ở building nghiên cứu, nơi tôi làm việc có nhà tắm nhà vệ sinh nên tôi sống rất thoải mái. Tôi ở và làm việc trong phòng thí nghiệm từ thứ Hai đến trưa thứ Sáu. Những ngày cuối tuần, tôi lái xe về nhà ba mẹ giặt giũ. Mỗi thứ hai đầu tuần, mẹ tôi bới từng ô cơm cho tôi mang đi làm để ăn cho đỡ tốn tiền và đỡ thèm cơm nhà mẹ nấu. Tôi ở trong phòng thí nghiệm hơn một năm tiết kiệm được rất nhiều tiền thuê nhà và tôi đã trả hết tiền nợ thẻ tín dụng, tiền học.

Còn về phần Danh, sau khi tôi dọn ra tôi không còn gặp nó nữa. Tôi nghe bạn học cũ nói nó trở về nhà nó ở tiểu bang North Carolina và làm chủ tiệm làm móng tay rất thành công.

Bên Con Suối Nhỏ Chảy Sau Hè

Tôi ngồi im lặng, nhìn ra cửa sổ và nghĩ lại những chuỗi ngày đã qua. Mắt tôi bỗng dừng lại bên con suối nhỏ chảy sau nhà. Gia đình tôi mua căn nhà này, căn nhà duy nhất của cả gia đình dành dụm, từ khi đến xứ Mỹ. Tôi nhớ lại lần đầu khi ba mẹ quyết định mua căn nhà cách đây mười năm.

"Anh à! Nhìn kìa. Con suối... con suối nhỏ. Anh có thấy không? Nó dễ thương quá... anh nhỉ? Mình mua nhà này nha anh?"

"Ừ, đẹp thiệt!"

Ba nhìn mẹ. Im lặng. Giống như mẹ, ba rất thích căn nhà này. Căn nhà có con suối nhỏ chảy sau hè. Nhưng để cho chắc, ba hỏi mẹ:

"Em có chắc rằng em thích căn nhà này không? Một khi mua rồi thì không đổi lại được đó nhé. Em quyết định chưa?

"Vâng! Em thích lắm. Mình mua nha anh?"

"Còn mặt tiền thì sao?" Ba nhìn mẹ hỏi, "Em lúc nào cũng thích mặt tiền rộng đó mà."

"Không sao. Mặt tiền này cũng đâu nhỏ lắm. Dù nó có nhỏ mình cũng đỡ tốn thời gian cắt cỏ."

Lúc nào cũng vậy, hễ mỗi lần nhà tôi mua bất cứ cái gì thì ba cũng để mẹ quyết định, dù rằng ba là người trả tiền. Nếu không, ba sẽ bị mẹ cằn nhằn cả ngày lẫn đêm.

Tôi nhớ lúc đó gia đình tôi tìm nhà để mua cả năm trời, mà ba mẹ vẫn chưa tìm được căn nhà nào thích hợp với ý ba và vừa ý mẹ.

Cái thì mẹ bảo; "Mặt tiền hẹp, làm ăn không khá nổi." Cái thì mẹ bảo, "Nhà bếp gì đâu như cái lỗ mũi".

Rồi cứ thế, mẹ chê. Chê hết căn này đến căn khác. Mỗi căn nhà chúng tôi đi xem, mẹ đều bảo, "Em không thích căn này, mình đi tìm căn khác nha anh?"

Khi mẹ thích căn nhà này, căn nhà có con suối nhỏ, ba rất vui. Tuy ngoài mặt làm như không chú ý lắm, nhưng chúng tôi biết ba thích, rất thích. Ba rất thích căn nhà này. Ba nói: "Căn nhà này đẹp thiệt, tuy hơi nhỏ, nhưng ở cách xa hàng xóm. Ít bị người ta dòm ngó."

Khi gia đình tôi mua căn nhà này đó là dịp tôi được nghỉ hè. Sau hai tuần sửa sang lại căn nhà, sơn tường, thay ống nước, và cắt cỏ; gia đình chúng tôi và chú chó Beagle dọn vào ở. Việc trước tiên là chúng tôi thám hiểm con suối nhỏ. Mẹ tôi nhìn ba tôi, rồi nhìn con suối bảo, "Em sẽ biến con suối nhỏ này thành vườn địa đàn của chúng ta."

Chung quanh con suối là những cây cỏ rậm rạp, những loại cỏ dại có nhiều gai và một số cây lớn. Cây thông, cây sồi, câu phong, cây dogwood, mọc xen kẽ nhau như thể một khu rừng. Việc trước tiên ba tôi làm là dọn sạch các dây leo và cỏ dại. Sau vài ngày cuối tuần, mảnh vườn sau nhà thay đổi một cách rõ rệt.

Tôi còn nhớ khi đó tôi mười ba tuổi và đứa em tôi mười tuổi. Chúng tôi không biết phụ gì cho công việc làm vườn, ngoại trừ đem cho ba vài lon nước, hay đem ra cho ba vài cái bánh cookies, hay giúp ba vịn giùm khúc cây để ba cưa…

Khi ba tôi dọn vườn sau của căn nhà, tôi và đứa em thám hiểm khu vườn. Bỗng tôi kêu lên:

"Ba, mẹ, lại….xem….nè. Con thấy một con sóc thật lớn, nhưng nó không chịu chạy khi con chọc nó."

Ba tôi chạy lại phía chúng tôi. Mẹ chạy theo sau. Ba rất ngạc nhiên khi thấy con vật to như vậy. Con vật to bằng con thỏ, lông mầu nâu, bụng trắng hếu, đeo tòn-teng trên cây dogwood. Tôi dùng một cành cây và thọt vào con vật, nhưng nó không nhúc nhích hay bỏ chạy.

Mẹ nhìn con thú lạ, rồi mẹ như suy nghĩ xem đã thấy con vật ở đâu. Mẹ bỗng nói: "Ồ…Em biết rồi. Nó không phải là con sóc, nó là con opossum." Mẹ tiếp, "Nó chỉ giả chết để cho mình khỏi chú ý. Để một lát nữa là nó sẽ dậy và chạy đi cho coi."

"Mẹ, con nuôi nó được không? Con thích con vật lạ giống như thằng nhỏ trong phim Smith Family Robinson đó." Em tôi hỏi mẹ.

"Không được. Nó không phải là con vật để nuôi. Nó có răng bén lắm. Nó cắn là chết tươi đó. Con có con chó rồi."

Để yên con vật và anh em chúng tôi ở đấy, ba mẹ trở về làm tiếp tục công việc.

Sau một thời gian dọn dẹp, con suối nhỏ từ từ ló dạng với một vẻ đẹp khác lạ. Con suối rộng khoảng năm mét, nước suối chảy róc rách và uốn lượn theo từng khúc quanh. Nước mát và sạch. Ba mẹ tôi làm một cây cầu bắc ngang qua con suối, rồi mua đồ về làm hòn giả sơn và trồng hoa dọc theo lối mòn ra suối. Ba tôi nhìn mẹ tôi, rồi nói:

"Anh sẽ bắc một cây cầu Tràng Tiền thứ hai trên thế giới ngang qua con suối này."

Từ trên cầu nhìn xuống, chúng tôi có thể thấy được những hòn cuội và vài con cá con bơi lội như thể vườn địa đàng mà mẹ tôi nói.

Mỗi mùa thu đến, chúng tôi không cần đi đâu xa để xem lá thu. Chỉ cần nhìn ra cửa sổ, sau vườn là có cả mùa thu với đủ mầu sắc của những cây sồi, cây phong, cây dogwood. Những cây dogwood với những chùm trái đỏ chín dụ chim và sóc đến rất nhiều.

Có một lần, trời mưa lất phất, tôi ngồi trong phòng xem những quyển hoạt hình mới mua, ba vào và thấy tôi đang đọc, ba đã la tôi:

"Ba không cần biết con tốn bao nhiêu tiền để mua những quyển sách đó. Ba không muốn thấy con thức khuya để đọc những quyển sách không ích lợi. Sách đó không tốt cho con. Nó không giúp con lấy A trong lớp. Con hiểu không? Ba muốn con đem nó quăng vào xọt rác, hay xuống suối."

Tôi lầu bầu đem bỏ những quyển sách hoạt hình đó, nhưng tôi vẫn còn cất giữ lại một vài cuốn mà tôi yêu thích và không cho ba biết. Lúc đó tôi rất là ghét ba tôi vì những quyển sách đó tôi bỏ không biết bao nhiêu tiền để mua. Những lần ba mẹ cho tiền để đến trường ăn trưa, tôi lại nhịn để mua nó. Những quyển Superman, Spiderman, Power Ranger, và nhiều loại sách hoạt họa khác mà tôi dành dụm mua được. Mỗi quyển như vậy từ một đồng hoặc hai đồng năm mươi lăm xu, mà tôi mua đến hơn hai mươi quyển.

Một lần khác vào ngày lễ Tạ Ơn, gia đình chúng tôi nướng thịt ngoài trời, cạnh con suối. Khi ngồi ăn, ba tôi kể lại cho chúng tôi nghe về chuyến vượt biển của ba. Ba tôi kể:

"Đêm đó là đêm ba mươi, ba ở Vạn Giã để chuẩn bị cho chuyến vượt biên. Đã hai ngày qua, ba nằm ở nhà nghe tin tức và thời tiết để báo cho mọi người chuẩn bị. Sau đó ông Tâm, chủ ghe, mới bảo với mọi người là sẽ khởi hành vào ngày mai Chuyến đi cũng êm xuôi, không bị công an bắt. Nhưng sau ba ngày trên biển thì ghe hết lương thực và nước uống. Đã vậy còn có bão. Cây nào cây nấy phủ xuống ghe, nước bắt đầu vô ào ạt. Ba nghĩ chỉ cần mưa thêm chừng một tiếng nữa là ba không còn ngồi đây nói chuyện. Hên là lúc đó, mưa tạnh và biển êm.

Vài ngày sau đó, ghe ba được tàu Đức vớt và kéo vào đảo Phi. Còn chuyện sau đó thì con cũng đã biết rồi."

Bốn năm trôi qua, tôi ra tốt nghiệp trung học và chuẩn bị cho đại học. Tôi học xa nhà và thỉnh thoảng chỉ về thăm nhà vào những dịp lễ lớn. Có một lần tôi về thăm nhà cũng vào dịp lễ Tạ Ơn. Và lần đó, chúng tôi cũng làm buổi tiệc ngoài trời. Tôi nhìn con suối nhỏ và nói chuyện với ba tôi:

"Ba, ba có biết không… Nếu ba đừng la con và đừng biểu con quăng hết những cuốn sách hoạt họa, có lẽ giờ này con là một họa sĩ chứ không phải làm bên phòng thí nghiệm.

Lúc đó, con để dành tiền mua sách hoạt họa đâu phải con thích đọc, mà là con thích vẽ. Con vẽ nhiều lắm. Và khi ba biểu con đem quăng những cuốn sách đó, con đâu có quăng hết đâu. Hiện giờ con cũng còn giữ lại một số quyển con thích và những bức tranh mà hồi đó con vẽ. Con nghĩ, ba mẹ Việt thường khắt khe với con cái hơn những người bản xứ, phải không ba?"

Ba tôi nhìn tôi rồi cười. Tôi nghĩ trong đầu ba cũng suy nghĩ giống tôi. Rồi, ba nói:

"Bây giờ, nếu con muốn làm họa sĩ thì con có thể rồi đó. Ở Mỹ mà, đâu có gì là muộn đâu..."

"Ba à, con không nghĩ vậy. Ý thích và cảm hứng của con người chỉ đến ở một lứa tuổi trong đời. Và khi nó đã qua, con nghĩ nó sẽ không còn tồn tại. Ba biết không, tụi con còn giấu nhiều chuyện mà ba mẹ không biết. Ví dụ như thằng Tommy nó có rất nhiều bạn gái và con không có người nào, ba mẹ làm gì biết, phải không?"

Ba tôi nhìn tôi, ngạc nhiên. Rồi ba nhìn xuống con suối và nói:

"Tại sao con không có bạn gái giống như em con?"

"Con không biết ba à. Con nghĩ mỗi người có một số mạng riêng. Giống như ba, con, gia đình mình, và con suối này."

Ba tôi nhìn tôi, rồi cười. Ba nói:

"Con trưởng thành rồi."

Mặt trời xuống sau rặng núi, chúng tôi rời khỏi con suối và đi vào nhà, bỏ lại mảnh vườn, bỏ lại con suối nhỏ phía sau. Nhưng trong lòng tôi, vẫn còn nghe tiếng nước chảy róc rách của con suối sau nhà.

Tôi Dạy Tiếng Việt

(bài nhận giải ChungKết Viết Về Nước Mỹ 2019 do Việt Báo tổ chức)

Tôi không thể nào nghĩ đến mình có thể đứng trên bục giảng để dạy học, nhất là dạy tiếng Việt. Tôi rời khỏi Việt Nam khi tôi mới học hết lớp chín với vốn tiếng Việt rất ít ỏi và viết chính tả sai tùm lum nhất là dấu hỏi dấu ngã của mình nên chẳng bao giờ nghĩ lại dám đứng trước lớp dạy cho người khác học. Ấy vậy mà tôi lại dạy học. Việc dạy tiếng Việt của tôi cũng rất tình cờ. Chuyện là năm ngoái khi cậu con trai của tôi đã đến tuổi học tiếng Việt do trường Việt Ngữ Huệ Quang tại chùa Huệ Quang gần vùng tôi ở dạy. Một lần đưa con đi học tiếng Việt, thay vì chạy về nhà và trở lại đón con sau hai giờ đồng hồ, tôi vào lớp xem con mình học tiếng Việt ra sao. Hôm đó cô giáo dạy ở lớp con trai tôi học vắng mặt và không có thầy cô khác dạy thế. Nên tôi đã trở thành thầy giáo "bất đắc dĩ". Và, "sự nghiệp" đứng trên bục giảng không nhận lương của tôi cũng bắt đầu từ một chuyện tình cờ như vậy...

Sau vài tháng làm nghề "gõ đầu trẻ", tôi dần làm quen và yêu thích công việc không nhận lương này. Vào dịp Tết Nguyên Đán, trường Việt Ngữ có tổ chức văn nghệ và mỗi lớp đều khuyến khích cho các em tham gia sinh hoạt cộng đồng. Lớp nào cũng có một tiết mục văn nghệ mừng năm mới. Lớp nhỏ nhất thì gởi lời chúc đến thầy cô, gia đình và bạn bè. Lớn tí nữa thì múa trống cơm, múa nón, hát, múa võ hoặc đánh đàn. Tôi thì không biết hát lại mù về múa làm sao chỉ cho các em trong lớp mình dạy được? Nên, tôi đã giúp các em tham gia văn nghệ với màn sớ táo quân. Cả tháng trời ròng rã, tôi lo viết và dạy các em đọc bài sớ.

Sắp đến ngày trình diễn, tôi lại chạy tìm áo mão cho các em. Tôi lên mạng tìm kiểu mẫu và ra chợ Dollar Tree mua giấy, keo, và những dụng cụ làm mũ mão, áo quần cho các em. Sau khi có mũ mão rồi, tôi lại "dợt" cho các em trước khi lên sân khấu. Trong năm em học trong lớp tôi có em John là người có tướng mạo cao to nhất lớp nên tôi cho em làm Ngọc Hoàng còn lại là táo ông, táo bà và Thiên Lôi, lính lác... Mấy em khác rất thích với vai trò của mình, duy chỉ có "ông" Ngọc Hoàng là tôi lo nhất. Em ấy tuy to con vạm vỡ, nhưng lại nhút nhát nhất lớp. Chỉ có một vài câu thoại mà tôi phải chỉ đi chỉ lại bao nhiêu lần...

Rồi ngày văn nghệ Tết mừng năm mới cũng đến. Cả lớp chúng tôi cứ nháo nhào chờ đến lượt của mình. Lúc các em lên sân khấu, tôi ở dưới "cánh gà" cũng lo lắng không kém. Không biết các em có nhớ lời thoại không? Mặc dầu tôi đã cố gắng viết cho thật dễ hiểu, nhưng các em sinh ở Mỹ, nên tiếng Việt cứ đọc lơ lớ giọng tiếng Anh như Mỹ con học tiếng Việt.

Sau chương trình văn nghệ Tết, tôi nghe rất nhiều phụ huynh khen, nên vui và yêu thích công việc này hơn.

Năm nay, ở lớp tiếng Việt tôi dạy có tất cả bảy em mà hết sáu là con trai rồi. Tôi gọi các em trai là những con ngỗng đực dễ thương. Lớp chỉ có một đóa hoa duy nhất. Ngày đầu nhập học, nhìn qua nhìn lại cô bé như muốn khóc. Sáu con ngỗng đực quậy khủng khiếp, mỗi con mỗi vẻ, nhưng mà vui lắm. Hôm qua trả lại bài thi cuối năm, tôi nói với cả lớp:
- Tuần vừa rồi các con làm bài được điểm cao, nên hôm nay thầy cho các con chọn lựa. Một là học bài mới, hai là chơi trò chơi. Vậy các con thích học hay thích chơi?

Cả lớp nhốn nháo lên và tất nhiên cả lớp đều trả lời rằng muốn chơi. Cô bé hỏi:

- Mình chơi trò đố chữ như lần trước được không thầy? Tôi trả lời cô bé:

- Mình sẽ chơi trò đố chữ, nhưng trước khi chơi trò đố chữ, thầy có một trò chơi này muốn cả lớp cùng chơi. Lớp mình chia làm hai đội nhé?

Một cậu bé ngỗng đực nhỏ con nhất lớp nói:

- Mình chia theo boys vs. girls (trai thi với gái) nha thầy?

Nói rồi quay qua nhìn bạn nữ cười hà hà tiếp:

- Boys thắng là cái chắc vì lớp mình chỉ có một girl thôi…

Cô bé cự lại:

- Không công bằng.

- Thôi thì thế này: Thầy có một trò chơi cũng dễ lắm, trò chơi tìm tên con vật. Lớp mình sẽ chia ra hai đội. Đội nào ít thì được đi trước và mình chơi trong vòng nửa tiếng. Nếu đội nào viết được nhiều tên con vật mà mình biết thì đội đó sẽ thắng. Phần thưởng sẽ là được cộng thêm năm điểm cho bài thi lần sau và một món quà được không nào?

Hai bên đều đồng ý và đặt tên đội cho đội của mình. Cô bé muốn đặt tên cho đội mình là trái chuối. Có thể cô bé thích ăn chuối hay là nghĩ đội mình sẽ trợt vỏ chuối chăng? Còn đội bên kia đặt tên là KKJL. KKJL là viết tắt tên của bốn ngỗng đực đấy. Tôi chia tấm bảng ra làm hai bên. Mỗi đội một bên. Sau khi xong, từng em một lên viết tên của mỗi con vật bằng tiếng Việt mà mình biết. Lúc đầu thì các em nói:

- It's easy, a piece of cake. (Dễ ợt, như ăn một miếng bánh thôi).

Nhưng càng về sau càng gây cấn và nhộn nhịp hẳn lên…

Đội Chuối thật ra không chuối chút nào, cứ từ từ mà viết những con vật lên bảng; con chó, con cá, con rắn, con bò...

Bên đội KKJL cũng không chịu thua; con rùa, con voi, con hà mã...

Mười lăm phút sau, bắt đầu hơi bí, một ngỗng đực bên KKJL ở dưới la lớn. Con chim đít bự, ghi xuống chứ bên kia ghi chừ... Con chim đít bự...

Mới nghe hết hồn cứ tưởng là ổng nói gì bậy. Cô giáo dạy chung với mình tròn mắt, nhìn ổng hỏi:

- Bậy, con chim đít bự là con chim gì?

Ổng dang tay ra và làm điệu bộ. Cô cũng không hiểu nhìn qua mình, mình thầm thì bảo:

- Chắc là con đà điểu?

Ra dấu một hồi mệt quá, ông nói luôn tiếng Anh:

- It's a peacock, cái tail của nó pretty, đít bự đó...

Hồi sau, ông anh của ông con chim đít bự lại la lên:

- Con bún, viết xuống nhanh lên...

Lần này, cô và thầy lại đoán tiếp, con giun phải không?

- Dạ không phải. Nhưng cũng viết xuống liền đi....con giun.

Bông hoa của lớp cũng gào lên:

- Jason, con trùn.

- How to spell it? (Đánh vần làm sao?)

- It's T.R.U.N.G. with dấu sắc. Không phải dấu huyền.

- Why don't you write it down? (Sao bạn không chạy lên viết đi nè?)

Tôi nghe các em nói chuyện với nhau bằng tiếng Anh, tôi lập lại câu mà tôi thường hay nhắc các em:

- Mình đang học lớp gì?

Cả lớp đồng thanh lập lại:

- Dạ tiếng Việt. Phải nói tiếng Việt... *But, it's hard sometimes...* (Nhưng, thỉnh thoảng nó khó quá thầy ạ)

Ông anh của ông "con chim đít bự" tiếp tục giải thích:

- It's an insect cô... (nó thuộc loại côn trùng)

- Con sâu?

- No, it's not con sâu cô. Con butterfly.

Hai cô thầy nghe xong mới "àh" lên một tiếng và cả hai cùng nói:

- Con bươm bướm...

Mà nghĩ lại con bướm gọi con bún cũng đúng vì chữ "butter" trong "butterfly" cũng mềm như bún.

Một hồi sau ông thần "con chim đít bự" lại thêm một con mới nữa "con lửa bay". Sau mấy lần nghe cô giáo giúp cho các em, mình nói:

- Thôi kệ cô ơi, cứ để các em viết rồi mình sửa lại sau.

Vì đang lúc tranh đấu gây go mà...

Thế là hai đội cứ rần rần thay nhau chạy lên bảng viết. Đội bốn ông ngỗng đực KKJL còn chơi ăn gian không chịu về chỗ. Mà đứng luôn hai ông trên bảng để nghe đồng đội đọc lên cho viết. Một ông ngỗng đực viết thêm một con nữa đó là "con móng ngựa". Ông ngỗng đực tên John đóng vai "Ngọc Hoàng" năm ngoái trong dịp văn nghệ mừng Xuân thường chỉ nói nhi nhí, hôm nay cũng la lớn hơn:

- No không phải viết vậy. Có móc, có mũ, có râu… Có period ở under - dưới…

- "Àh" "Ừm".... Đúng rồi.... Đúng rồi…

Cả lớp cứ nhao nháo như một cái chợ với đầy đủ các loại tên con vật...

Sau một hồi, chuông báo hết giờ, tôi mới lên bảng và khoanh tròn những con vật mà hai đội viết trùng nhau để loại bỏ. Xong, chỉnh sửa lại lỗi chính tả cũng như hỏi các em trong lớp nghĩa cũng từng con bằng tiếng Anh. Tới lúc thấy "con móng ngựa" tôi hỏi ông nhỏ quậy nhất lớp:

- Con cho cả lớp biết con móng ngựa là con gì?

Ông trả lời:

- Là con cua móng ngựa. Giống con cua nhưng "big" hơn con cua. Nó có cái tail. Con cua móng ngựa đó.

Tôi tròn mắt quay qua cô giáo định hỏi thử cô biết con gì không, thì chàng ta bèn nói luôn là horseshoe crab. Cô giáo quay qua hỏi lại tôi:

- Nó là con gì vậy kìa?

- Dạ, nó là con sam biển.

Ổng cũng nói:

- Dạ đúng rồi ....đúng rồi là con sam biển....

Không biết chàng có biết con sam biển hay con ghẹ biển hay không, mà cũng nói đúng vậy gọn ơ. Sau khi loại bỏ xong, tôi tính thì bên đội Chuối ghi được tên ba mươi lăm con còn bên đội bốn ông ngỗng đực KKJL thì chỉ có 31 con. Thế là đội KKJL đành chịu thua. Chơi xong trò chơi thì chuông báo hết giờ, nên cả lớp ra chơi...

Trở lại lớp, đàn ngỗng đực lại tiếp tục muốn chơi chứ không chịu học. Thế là chơi tiếp.

Lần này, trong sách giáo khoa, tôi chọn ra những từ cho các ngỗng vẽ hoặc làm những động tác để các ngỗng khác đoán chữ. Bông hoa của lớp lên đầu tiên vì "lady first" mà. Cô bé vẽ củ hành. Mấy ông ngỗng bên dưới lao nhao...

- It's a bom, a basketball, a trái banh, trái chanh...

Cổ bực quá, vẽ tiếp tấm thớt và cái dao. Ông con chim đít bự la lên củ hành...

Rồi cứ thế xoay vòng, mỗi người một lần. Lúc gần đến giờ ra về, bông hoa của lớp nói:

- Con muốn thầy vẽ cho các con đoán một lần vì không công bằng khi các con vẽ mà thầy không chịu vẽ.

Tôi nghĩ bụng: thôi chết kiểu này quê trước mặt đám nhóc này rồi, nhưng cũng ráng chọn một chữ để vẽ hình... Tôi vẽ những hàng lúa, mấy ngỗng ở dưới nhốn nháo la lớn:

- Đám cỏ, máng cỏ, hành lá...

Tôi vẽ tiếp hạt lúa và bát cơm... Một ngỗng lại tiếp:

- Rice with soy sauce (ba trong bảy em trong gia đình phật tử trước khi vào lớp học tiếng Việt tại chùa Huệ Quang, nên thấy cơm là nghĩ tới nước tương).

Tôi tiếp tục vẽ thêm một người đang làm động tác cấy lúa. Dưới cả lớp cười rộ lên nói:

- Your drawing is horible (thầy vẽ tệ quá. Mà tệ thật đó chứ vẽ quá chừng vậy mà không ai hiểu mình vẽ gì ... hic ...hic...)

Vừa xong cả ba ngỗng đực lên tiếng:

- Cấy lúa.

Tôi thở phào nhẹ nhõm.

Nhìn lại số điểm ông "con chim đít bự" được bảy điểm, ông "Hoàng Thượng" được sáu điểm, ông "con bún" được năm điểm cùng điểm với bông hoa của lớp. Sau đó là ông ngỗng "con cua móng ngựa" được ba điểm. Hai ông ngỗng còn lại được một và hai điểm.

Chơi xong các trò chơi vui quá, nên chúng tôi quên cả coi giờ ra về cho đến khi nghe tiếng chuông reng. Cả lớp lục đục dọn dẹp bàn ghế ra về mà tôi quên luôn việc chúc các ngỗng đực và bông hoa duy nhất của lớp một kỳ nghỉ mùa Xuân thật vui với gia đình. Còn mình, tôi thầm nghĩ: Khoẻ quá trường Việt Ngữ đóng cửa được nghỉ mùa Xuân hai tuần. Hẹn gặp lại các ngỗng đực và bông hoa duy nhất sau kỳ nghỉ nhé!

032518

Nàng Dâu

Đi làm về, Dung quăng giỏ đem cơm lên bàn và ngồi ì ra ở cái ghế bên cạnh. Bà Lệ, mẹ chồng nàng, đưa mắt liếc ngang rồi lắc đầu bỏ vào phòng. Ở phòng khách, ba chồng nàng, ông Hùng, nói với con dâu:

- Mẹ con đã nấu cơm để trên bàn; tắm rửa rồi ra ăn cơm.

Dung im lặng rửa tay, ngồi xuống ăn vội vài chén cơm rồi cũng vào phòng riêng...

Năm năm trước, Hào, chồng Dung về Việt Nam cưới nàng. Hào là người con duy nhất của bà Lệ. Từ ngày Dung qua Mỹ cho đến nay bà cảm giác như mình đã mất đi đứa con trai yêu quý. Bà không thích Dung lắm. Tính Dung lại ít nói, biết nhường nhịn, nên mấy năm qua trong gia đình cũng không xảy ra chuyện gì để hai mẹ con cách mặt nhaụ Có lúc, bà Lệ than phiền cùng con trai rằng nàng dâu ít nói. Hào chỉ cười trừ và nói với mẹ:

- Vợ con ít nói vậy thì tốt chứ sao Mẹ. Ông bà ta thường nói, im lặng là vàng mà...

- Cậu bênh vợ chầm chập, nên nói trớt ra đấy...

- Mẹ đừng giận mà, con có bênh gì đâu.

- Cậu không cần thanh minh thanh nga gì hết. Tôi hiểu mà...

Trước khi về Việt Nam cưới Dung, Hào làm việc văn phòng ở Crystal City, lương cũng đủ mua một căn nhà trả góp hàng tháng. Vợ chồng bà Lệ trước kia làm việc ở một viện dưỡng lão. Hai năm trước, ông Hùng bị đột quỵ, nghỉ ở nhà. Bà Lệ cũng xin nghỉ hưu sớm để tiện chăm sóc cho ông và lo cho hai đứa cháu nội gái. Từ ngày qua Mỹ đến giờ, nàng là thợ làm móng tay cho tiệm một người bạn. Nàng làm việc từ thứ Ba đến thứ Bảy. Gần một năm nay nàng đi làm luôn bảy ngày một tuần. Mọi việc trong nhà từ cơm nước đến chăm lo cho con, nàng cũng để cho bà Lệ. Vì vậy, bà Lệ luôn ấm ức trong lòng chỉ chờ có dịp để dạy bảo con dâu. Có nhiều lần bạn bè bà Lệ đến nhà chơi, gặp Dung, họ khen con dâu bà hiền dịu, ít nói...

Không giống những người con dâu của họ, mặt bằng mặt tay bằng tay. Miệng mồm nói liên tục như bắp nổ... Bà Lệ mới có dịp đem ra kể chuyện con dâu cho những người bạn nghe. Bà nói:

- Những người im lặng mới ghê đó bà ơi. Nó im lặng để chờ dịp cắn mình một phát không hay đó chứ. Nó không vừa gì đâu. Thằng Hào, con trai tôi vô phước nên mới lấy phải những người như nó...

- Bà nói sao? Vô phước à? Tụi tui thấy nó cũng được đó chứ, đẹp người, đẹp nết lại không đua đòi shopping, quần rin hiệu Ông Địa, túi xách LV như những đứa con dâu nhà tui, bà còn chê gì nữa.

- Mấy bà không biết chứ, nó không shopping vì có bao nhiêu tiền nó gởi về Việt Nam cho ba mẹ nó hết rồi, lấy đâu ra mà shopping với LV... Tôi không biết mấy bà nghĩ sao, chứ tôi thấy có con gái tốt phước hơn có con trai. Con gái đứa nào cũng lo cho cha mẹ đủ thứ. Còn con trai chỉ biết lo cho vợ nó thôi chứ lo gì cho những thân già này?

Năm nay, Tết Việt Nam nhằm ngày cuối tuần, bà Lệ nghĩ gia đình sẽ có dịp chung vui bên nhau để đón mừng năm mới. Bà ở nhà chuẩn bị làm những món ăn cho những ngày cuối năm, nào củ kiệu, dưa hành, gói bánh Tét, bánh Chưng...

Bà đang lâng lâng nghĩ đến việc con cái sum vầy bên nhau ăn những lát bánh Tét chấm củ kiệu là bà rộn ràng vui hẳn.

Hôm nay Dung thức dậy muộn hơn mỗi khi. Nàng thấy mẹ chồng đang lau lá chuối chuẩn bị gói bánh. Nàng móc trong giỏ sách ra một phong thư dầy cộm, đưa cho bà Lệ và nói:

- Con gởi mẹ ít tiền tiêu Tết. Mẹ gởi về Việt Nam cho bà con bên ấy, còn lại Mẹ mua ít bánh trái cúng trong ba ngày Tết, chứ công đâu mà gói từng cái bánh cho mệt. Tết năm nay, con không ở nhà, con đi làm mẹ ạ!

Bà Lệ ngừng tay, đưa mắt gườm con dâu và nói:

- Cô nói sao? Tết nay cô đi làm à? Ai mà làm ba ngày Tết chứ? Lâu lâu mới có dịp Tết mình trúng vào dịp cuối tuần. Có đi làm chăng nữa cũng được bao nhiêu đâu. Nghỉ vài ngày chơi Tết có chết chóc chi mà cô lo? Cô giữ số tiền đó lại và nghỉ làm trong mấy ngày Tết cho vui cửa vui nhà.

- Dạ không được đâu Mẹ ơi. Con đã hứa với chủ rồi!

- Cô không nghỉ, để thằng Hào về rồi tôi nói chuyện với nó.

- Thôi, trễ rồi, con đi làm đây!

Nói rồi nàng lật đật đi ra cửa. Hạnh, đứa con gái đầu của nàng chạy từ phòng ngủ ra, ôm lấy chân nàng, nũng nịu:

- Mẹ đi làm sớm vậy? Ở nhà chơi với con hôm nay đi...

- Không được cục cưng ạ, có ông bà Nội và Ba ở nhà với con mà?

- Mẹ đi làm rồi ba cũng đi chứ có ở nhà với con đâu.

Dung hôn nhẹ lên tóc con và nói:

- Cục cưng, mẹ trễ giờ rồi, mẹ phải đi đây. Ở nhà ngoan nào! Bye bye cục cưng… Thưa Mẹ con đi.

Con dâu đi rồi, bà Lệ bước vội vào phòng con trai. Bà thấy con bà chuẩn bị đi đâu đó. Bà hỏi:

- Hào, con đi làm chưa, mẹ nói chuyện với con tí có được không?

- Con trễ rồi, có gì thì tối về nha Mẹ.

- Mày....

- Bye mẹ con đi đây! Ba đi nha con!

- Không bới cơm theo nữa hả con?

- Dạ không cần...

Bà Lệ lấy làm lạ, gần năm nay con trai bà đi làm không bới cơm mang theo như mọi khi. Bà nghĩ chắc có lẽ thấy bà bận bịu bếp núc, lo cho gia đình, nên con bà không muốn làm phiền bà. Bà Lệ nghĩ vậy nên cũng không thắc mắc. Có lẽ hôm nay cũng vậy.

Dung đi làm về, ăn vội miếng cơm, rồi ộm một đống túi xách to đùng vào phòng làm việc.

Nửa đêm, bà Lệ thức giấc, nghe trong phòng làm việc còn đèn, bà tưởng con trai bà bên trong. Định về phòng ngủ, nhưng bà lại nghe tiếng lạch cạch của chiếc máy may, nên bà đẩy cửa bước vô. Phòng làm việc của con trai bà bề bộn đủ thứ quần áo. Dung ngừng tay, ngó ra cửa thấy mẹ chồng, nàng hỏi:

- Khuya rồi, sao mẹ chưa ngủ?

- Già rồi, ngủ ít đi mới biết cô còn ở trong phòng này. Mà cô làm gì giờ này chưa ngủ? Phòng làm việc của thằng Hào sao bề bộn thế này?

- Con xin lỗi làm mẹ thức giấc. Mẹ đi ngủ đi, con làm xong cái này rồi cũng đi ngủ luôn.

- Phòng làm việc thế này sao thằng Hào làm việc được?

- Mẹ đi ngủ đi, tí nữa xong con dọn.

Bà Lệ im lặng bỏ về phòng...

Sáng nay, Dung lại thức dậy trễ. Nàng chuẩn bị cơm trưa đem đi làm thì bà Lệ đứng trước mặt nàng với phong bì hôm trước và nói:

- Cô lấy lại số tiền này, gởi về Việt Nam cho Mẹ cô đị Tôi không cần số tiền này . Cuối tuần này là Tết rồi, tôi muốn cô nghỉ ở nhà ăn Tết cùng gia đình. Cô nghe tôi nói không?

- Mẹ à, con trễ giờ làm rồi, có gì thì tối về mẹ nói nhé. Thưa mẹ con đi...

Dung đi rồi, bà Lệ ngồi thừ ra ghế, nghĩ: "Không biết bên nhà nó cần tiền dữ lắm hay sao mà nó làm luôn bảy ngày một tuần từ mờ sáng đến tối mịt mới về. Đã vậy rồi còn nhận áo quần về nhà tranh thủ làm ban đêm nữa. Phải gọi về hỏi mẹ nó bên đó coi sao." Nghĩ sao làm vậy. Bà Lệ, cầm điện thoại trên tay và nhấn số gọi.

Chuông reo...

Bên kia đầu dây là tiếng của ông sui:

- Alo, chào chị sui... Tết nhứt sắp tới anh chị và gia đình bên đó ra sao?

- Cũng bình thường anh ơi...

Bên kia đầu dây, ba Dung gọi lớn:

- Bà nó ơi, chị sui bên Mỹ gọi về, bà nói chuyện với chỉ nè, tui không biết nói gì...

Nói xong, ông nói vào ống nghe:

- Chị nói chuyện với nhà tui hén. Tui đi ra đầu xóm lấy bộ lư đèn về.

Nói rồi ông đưa điện thoại cho vợ và nói:

- Điện thoại nè, tui đi ra thằng Thảo lấy bộ lư... Bà nhớ nhắn với chị sui kêu con Dung gọi về, chứ lâu rồi tui không nghe thấy nó gọi gì cả...

Bên kia đầu dây:

- Chào chị sui, anh chị cũng khoẻ luôn hả?

- Cám ơn chị sui, tui cũng bình thường. Ông nhà cũng đỡ hơn nhiều. Ông đi đứng được rồi, chỉ có nói chuyện còn chưa rõ. Ông còn thều thào thụt thọt chứ không bình thường như xưa. Còn chị, bên đó làm ăn ra sao? Tết nhất chắc vui vẻ hả?

- Nhờ trời Phật thương tình cũng đủ ăn ngày ba bữa chị ơi. Con Dung có ở nhà không chị? Lúc này nó làm sao mà tui không thấy nó gọi về...

- Con gái chị nó đi làm rồi. Tết đến tôi kêu nó nghỉ ở nhà mà nó cứ quầy quả bỏ đi không nghe lời tôi nói. Để tối nó về, tôi bảo nó gọi lại cho chị.

- Dạ cám ơn chị sui.... Còn mấy đứa cháu, chắc lớn dữ đa?

- Hai đứa nó lớn rồi, con lớn năm tới sắp đi lớp lá mẫu giáo rồi. Còn con nhỏ cũng sắp hai tuổi.

- Không biết chừng nào tui mới thấy mặt tụi nhỏ...

- Bên đó năm qua làm ăn được không chị? Bộ khó khăn lắm hả chị?

- Cũng không gì khó khăn, đủ ăn chị ơi....

- Tết nhất rồi, con Dung chưa gởi tiền về cho anh, chị ăn Tết à?

- Gần cả năm nay nó không có gởi.

- Chắc nó bận quá chưa gởi đó, để nó về tôi hối thúc nó gởi về lo cho anh chị tiêu Tết.

- Thôi đi chị ơi, bên này vợ chồng tui cũng không thiếu thốn gì... Cứ để cho nó yên tâm làm ăn. Cám ơn chị đã gọi hỏi thăm. Tui chúc gia đình anh chị ăn Tết vui vẻ và anh sui mau bình phục... chị nhé...

- Cám ơn chị, chúc chị ăn Tết vui vẻ... Bye chị nhé.

- Bye bye chị.

Cúp điện thoại xong, bà Lệ lại nghĩ: "Không biết bà sui có giấu mình không ta? Bả nói làm sao chứ, gần năm nay con Dung đi làm bảy ngày một tuần, nó không sắm gì, vậy tiền ở đâu hết mà không gởi về bên đó chứ! Đợi tối thằng Hào đi làm về, phải hỏi cho ra lẽ."

Mùa Đông, mặt trời đi ngủ sớm, mới hơn năm giờ chiều mà đã tối mịt. Từ sáng đến giờ, sau khi nói chuyện với bà sui bên Việt Nam xong, bà Lệ nôn nóng đứng ngồi không yên. Bà nghĩ ngợi, suy diễn, đủ thứ chuyện trong đầu... Đầu bà muốn nổ tung ra. Bà trông cho con trai về hơn bao giờ hết. Bà đợi con về để hỏi cho ra lẽ vì sao con dâu bà lại giấu bà như vậy? Có lẽ nào nó dành tiền riêng để làm chuyện gì đó mờ ám...

Hào vừa bước chân vô nhà đã thấy bà Lệ ngồi ở phòng khách chờ đợi. Hào chưa kịp cởi giày và áo lạnh bên ngoài ra, bà Lệ vội nói:

- Con lại đây cho mẹ hỏi.

- Dạ, Mẹ chờ con cởi giày và áo ra cái đã.

Hào ngồi xuống ghế sô pha và chờ đợi:

- Con nói cho Mẹ biết chuyện gì đã xảy ra trong cái nhà này?

- Mẹ nói gì con không hiểu?

- Mẹ nói thẳng luôn cho con hiểu. Mẹ thấy lúc này con Dung, vợ con nó sao đó. Đi làm bảy ngày một tuần. Mấy hôm trước nó còn may vá trong phòng làm việc của con tới tận hai giờ sáng. Mẹ nghi nó có chuyện gì giấu Mẹ, mà Mẹ không tiện hỏi nó. Con có biết chuyện gì đã xảy ra không? Con coi chừng nó cắm sừng trên đầu con....

- Thôi đi Mẹ ơi... Mẹ nghĩ sai cho vợ con rồi... Nó không nói vì nó sợ mẹ lo... Bộ nó chưa nói chuyện với Mẹ à?

- Chuyện... mà chuyện gì?

- Thì ra...

- Chuyện gì vậy? Bộ bên nhà mẹ nó có chuyện gì giấu mình à? Mà Mẹ đã gọi điện về hồi sáng, chị sui nói gần cả năm nay nó không điện thoại, không gởi tiền về bên đó ... Mẹ nghe không tin. Con coi lại vợ con đó...

- Mẹ lại nghi oan cho vợ con rồi. Thôi, để con nói cho mẹ biết... Chứ im lặng thì mẹ cứ hiểu lầm vợ con tội nghiệp cho nó lắm... Mẹ không biết là con đã thất nghiệp và ăn tiền trợ cấp gần năm nay sao?

- Hào, con nói sao? Con thất nghiệp? Mày nói thiệt chứ? Có thiệt không?

- Dạ, con không giấu mẹ làm gì.

- Nhưng tao thấy ngày nào mày cũng đi từ sáng đến tối...

- Con buồn quá, ra Eden cà phê cà pháo chứ biết làm gì ở nhà. Con đang *apply* mấy cái *jobs*, nhưng kinh tế Mỹ lúc này khó khăn, nên chưa chỗ nào gọi đi *interview* cả. Cả năm nay, mọi thứ *bill* bổng trong nhà là do vợ con dũa móng tay trả hết, chứ con đang ăn tiền thất nghiệp chỉ đủ đổ xăng và cà phê thôi chứ đâu phụ được đồng nào. Đó, con nói cho Mẹ nghe hết rồi đó, đừng hiểu lầm Dung nữa nha Mẹ?

Bà Lệ nghe con trai nói xong, ngồi thừ người ra cho đến khi con trai, nói:

- Thôi cũng trễ rồi, vợ con sắp về, Mẹ phụ nó nấu cơm đi. Con vô coi hai đứa nhỏ với Ba...

Sáng hôm nay, Ba Mươi Tết, bà Lệ dậy thật sớm chuẩn bị đồ cúng để đón Giao Thừa. Bà không quên làm một phần cơm nóng và vài cái bánh ú để sẵn đem cơm cho con dâu. Chuẩn bị xong, bà ngồi đấy chờ con dâu thức dậy...

Đôi Cánh Lớn Vẫn Còn Rung

(bài nhận giải Chung Kết Viết Về Nước Mỹ 2017 do Việt Báo tổ chức)

Bà Hoa hai tay ôm lấy tay tôi, lắc nhẹ rồi cám ơn rối rít...

- Cám ơn cậu thật nhiều... Không có cậu tôi không biết phải làm sao...

- Dạ không có gì thưa bác...

Bà Hoa quay qua người phụ nữ làm việc ở bộ xã hội rối ra, rối rít:

- Thank you.... Thank you very much...

Ngoài cửa, cậu con hối thúc mẹ:

- Nhanh lên má ơi ... Làm gì mà khúm núm vậy, nhanh lên đi chứ, về còn làm kịp hàng cho người ta nữa kìa. Hôm nay mình đi cả buổi rồi. Không kịp giao hàng là thúi hẻo đó...

Hai má con bà Hoa rời khỏi bộ xã hộ, tôi cũng ra về.

Tôi làm việc bán thời gian ở bộ xã hội với vai trò thông dịch viên, nên tôi biết bà Hoa mỗi lần bà đến xin trợ cấp. Cứ mỗi sáu tháng, con trai bà Hoa đều chở mẹ đến bộ xã hội để xin tiền trợ cấp. Thường thì cậu con trai bà Hoa chở bà đến, bỏ đó. Xong việc, bà gọi con đến đón.

Hôm đó, tôi bị đuổi ra ngoài phòng làm việc vì bộ xã hội có một cuộc họp khẩn. Tôi tạm thời dời ra hành lang, nơi dành cho những người xin trợ cấp chờ đợi, để làm việc. Trong lúc tôi đang say xưa đọc một mẩu truyện ngắn thì bà Hoa đến bên tôi gợi chuyện:

- Cậu, cậu, Cậu có phải là người Việt không?

- Dạ vâng, thưa bác. Bác có cần cháu giúp gì không?

- Cậu làm việc ở đây à?

- Dạ, cháu làm thông dịch viên ở đây. Mà bác cần gì?

- Cậu giúp giùm tui điền cái đơn này nhé... Tui muốn xin tiền trợ cấp xã hội. Tui nghe bà con người Việt mình nói là ở đây có cho tiền trợ cấp cho những người già. Cậu nghĩ họ có cho tui không?

- Dạ cháu cũng không biết nữa bác à... Nhưng, bác cứ apply đi, apply xong thì họ sẽ cho bác biết... Người nhà bác đâu sao không giúp bác?

- Con trai tui nó chở tui tới đây rồi nó dìa rồi. Nó nói trong này có người Việt thông dịch, nó nói tui cứ yên tâm, chừng nào xong gọi nó tới nó rước. Lúc đầu tui cũng sợ lắm. Giờ gặp được cậu tui cũng đỡ lo. Mà xin lỗi, cậu tên gì? Tui tên Hoa.

- Dạ cháu tên Don.

Tôi giúp bà Hoa điền đơn và giúp bà nộp hồ sơ để xin tiền trợ cấp xã hội. Trong lúc chờ đợi để nhân viên bộ xã hội xem lại hồ sơ, bà kể chuyện nhà cho tôi nghe. Bà kể:

- Tui qua bên này được hai năm do con gái tui bảo lãnh. Tui đi với thằng con trai út. Cái thằng mà lúc nãy nó chở tui đến đây rồi bỏ đi công chuyện của nó. Chút nữa nó tới đón, tui chỉ mặt cho cậu biết.

- Dạ...

Nói rồi, bà Hoa tiếp tục kể:

- Năm đầu hai mẹ con tui ở chung nhà đứa con gái lớn. Tui ở nhà giữ cháu ngoại. Hồi còn ở Việt Nam tui có cái shop may lớn ở gần chợ Cần Thơ. Giờ qua bên này ở nhà giữ cháu, cũng thấy nhớ nghề.

Rồi con gái tui tìm cho tui cái dzốp may ở dưới downtown.

Tui làm cũng được lắm. Tui may, nhưng con gái tui lãnh lương. Cuối tháng nó đưa tui vài trăm gởi về cho thân nhân bà con nơi quê nhà.

Làm được hơn năm, không biết thằng út nhà tui nghe ai chỉ biểu, nó đòi dọn ra riêng và dùng tên của nó để lãnh lương thay cho con gái tuị. Dzậy mà hai chị em nó xích mích nhau luôn. Con trai tui và tui mới dọn ra apartment hơn một năm nay chứ mấy. Buổi sáng nó lãnh hàng dìa rồi để ở nhà cho tui may, rồi nó đi miếc tới tối mới dìa ăn cơm. Xong ngủ cho tới sáng. Từ lúc dọn ra riêng, con gái tui không cho mấy đứa cháu ngoại qua thăm chơi, tui buồn thúi cả ruột ... Hên là tui có cái dzốp may làm cho đỡ buồn, chứ không biết làm gì bây giờ...

- Mà bác may vậy mỗi tháng được bao nhiêu?

- Chắc độ hai ngàn rưỡi ba ngàn gì đó.

- Ba ngàn một tháng. Sao hồi nãy bác nói là không làm việc gì và không có income?

- Thì tui kể cho cậu nghe thôi, chứ có nói với họ đâu mà họ biết. Mà tui cũng đâu có đứng tên lãnh lương đâu. Con trai tui nó lãnh lương, nó trả tiền nhà, tiền bill bộng này nọ... Tui nghe nó nói là tui xin được tiền già, tiền trợ cấp, tiền này, tiền nọ của chính phủ, nên tui dô xin thử. Được thì tốt, không được cũng có sao đâu.

Tôi làm việc này cũng khá lâu, nên quen với những mánh khoé của người Việt. Lúc đầu tôi áy náy và khó chịu... Tôi đem những chuyện này nói với vợ. Bà xã tôi gạt phăng. Người Việt mình là vậy, anh cứ làm tốt việc của mình, còn việc của họ thì để cho họ, anh lo làm gì cho mệt.... Tôi cố giải thích cho vợ hiểu tiền trợ cấp của chính phủ chỉ phụ giúp cho những người cần thiết. Còn những người đủ nuôi sống bản thân thì không nên xin trợ cấp... Sau khi nghe xong, vợ tôi cãi lại và nói chính phủ Mỹ giàu mà, mỗi tháng mấy trăm có thấm tháp gì đâu... Nói qua nói lại một hồi, hai vợ chồng mỗi người mỗi ý, nên tôi cũng im luôn.... Từ đó, tôi cảm thấy mình chai lỳ và không còn nhạy cảm với những chuyện xin trợ cấp nữa. Có một lần, bà Hoa đến xin tiền trợ cấp. Trong lúc chờ kết quả, hay chờ con trai đến rước, bà đem chuyện nhà ra kể cho tôi nghe:

- Con trai tui nó muốn dìa Việt Nam chơi mấy tháng, nhưng không ai lấy hàng cho tui làm, nên nó nhờ con gái tui lấy. Con gái tui không chịu, nó đòi sang tên qua cho nó thì nó mới nhận hàng dìa giùm... Rồi không biết chị em nó nói năng thế nào, hai chị em nó càng giận nhau hơn ... Rốt cuộc, nó nhờ thằng bạn của nó làm giúp... Nhiều lúc tui thấy con cái bây giờ sao chán quá cậu ạ...

- Vậy con trai bác làm việc gì mà về Việt Nam lâu vậy, không sợ mất việc à?

- Nó có làm gì đâu cậu ơi. Nó cứ đi la cà hết chỗ này rồi chỗ kia chứ không chịu đi làm. Tui kêu nó tìm việc gì đó để làm. Nó nói giờ không có chữ nghĩa, làm việc cũng không thêm được bao nhiêu. Ở nhà phụ tui nhận hàng về cho tui làm cũng dư sống rồi, làm thêm chi.

Đang nói chuyện với bà Hoa giữa chừng thì cậu Tâm, con trai bà Hoa tới. Tôi theo chân hai mẹ con bà Hoa ra ngoài bãi đậu xe. Kế bên bãi đậu xe, có một công viên nhỏ dành cho nhân viên làm việc ở bộ xã hội nghỉ giải lao.

Hôm nay là tháng Năm là mùa của những quả dâu tầm chín rộ. Những quả dâu tầm chín đỏ, đen, mời gọi đàn sáo đến ăn quả. Những quả dâu nho nhỏ, thơm mùi mật ngọt, hòa cùng mùi hương của hoa mật ong theo cơn gió nhẹ thổi qua... Mùi thơm ấy cho tôi cảm giác ngọt ngào, dễ chịu, quên đi những buồn phiền.

Từ đâu, một đàn chim bay tới gắp những quả dâu chín mọng để ăn. Trong đàn chim ấy, tôi thấy có một con sáo nọ rung đôi cánh lớn từng chập, từng chập và miệng luôn ríu rít kêu ... Có lẽ con chim vừa mới lớn, nên chưa biết cách gấp những trái dâu nọ để ăn? Bên cạnh, một con chim khác, có phần nhỏ hơn con chim kia (có thể là chim mẹ), liên tục hái những quả dâu mọng đỏ, mớm cho con.

Nhìn hai mẹ con chim nọ tôi lại nghĩ đến hai mẹ con bà Hoa. Chắc có lẽ, cha mẹ người Việt luôn nghĩ dù con có lớn đến thế nào đi nữa, trong mắt họ, con vẫn cần sự giúp đỡ dù một việc rất nhỏ. Giống như con sáo đang lớn kia, nó chỉ cần bỏ những quả dâu vào miệng là có thể no bụng. Vậy mà nó vẫn há mồm ra chờ chim mẹ mớm cho. Mẹ cha lúc nào cũng thế! Chắc vì lẽ ấy, cho dù đứa con đã đủ lông đủ cánh, có thể tự chăm sóc bản thân, nhưng vẫn còn muốn rung đôi cánh để nhờ mẹ, nhờ cha.

RIC052616

Con Diều Việt Nam

(bài nhận giải Đặc Biệt của Viết Về Nước Mỹ do Việt Báo tổ chức)

"Quê hương là con diều biếc
Tuổi thơ con thả trên đồng
Quê hương là con đò nhỏ
Êm đềm khua nước ven sông"
Đỗ Trung Quân

- **B**a ơi...

- Gì đó con"

- Thứ Bảy tới ba có đi làm không vậy?

- Có chứ. Thứ Bảy làm overtimes. Mà, con hỏi có chi không?

- Ba đi làm thì thôi. Tưởng đâu ba ở nhà....

Thằng Lamson mặt mày buồn buồn, bỏ đi vô phòng. Phàm chạy theo thằng bé, chàng ôm con vào lòng, vuốt tóc nó, hỏi:

- Con có chuyện gì à" Nói với ba đi, để ba xem sao.

- Dạ không gì. Tưởng đâu ba ở nhà dắt con đi thả diều. À, mà ba biết làm diều không?

- Biết chứ sao không. Ba mày làm diều là ăn đứt thiên hạ. Mà, thả diều gì?

- Tuần tới ở D.C. có hội thả diều, nhiều người đi lắm. Ba dắt con đi nha?

- Ờ.... Ờ... Để ba hỏi lại mẹ con đã.

Thứ Sáu, sau khi đi làm về, Phàm ghé nhà người bạn xin chặt vài cây trúc và đi Walmart mua keo dán giấy, kéo, giấy màu, cước để về làm diều cho con.

Chàng vừa lái xe, vừa nghĩ lại thời thơ ấu của mình. Cảm giác rạo rực, háo hức, mong sớm về nhà để làm diều. Cái cảm giác này giống như lúc chàng chỉ là một thằng bé mười ba, mười bốn tuổi của hai mươi năm về trước, lúc chàng còn mài đũng quần trên ghế nhà trường và mình trần chạy thả diều trên đồng.

Phàm chưa kịp mở cổng thì thằng Lamson chạy ù ra ôm lấy:

- Ba về rồi...Hay quá!

- Mẹ đâu con?

Trong nhà có tiếng nói của Liên, vợ Phàm, vọng ra:

- Anh về đó à?

- Ừ...

- Sao hôm nay về muộn thế?

- Anh ghé qua nhà thằng John xin chặt vài cây trúc. Rồi ghé Walmart mua giấy keo về dán diều cho thằng Sơn nhà ta chơi. À, em xin nghỉ rồi chứ hả?

- Chết....Em quên mất. Không được đâu, mai em làm chứ. Em lỡ sign up rồi, không nghỉ được.

- Ờ...

- Sorry... Anh.

Xong, Liên tiếp:

- Thôi vô rửa tay rồi cha con ăn cơm.

Phàm vội vã lùa những hạt cơm còn sót lại trong chén vô miệng rồi dắt tay con chạy ra sân. Chị vợ nhìn chồng, lắc đầu, rồi mỉm cười.

Tuổi thơ của Phàm luôn gắn liền với Lam Sơn -thôn quê ngoại chàng. Từ nhỏ vì không có cha, nên Phàm sống gần mẹ, cậu, và ngoại. Những tháng hè, Phàm luôn chạy qua nhà ngoại để thả diều, câu cá, hái hoa, bắn chim. Nay, ngồi làm diều, hình ảnh quê hương xưa lại hiện về trong tâm trí chàng. Ở đó, có hàng cau trắng soi bóng dưới ánh trăng, có ụ rơm sau nhà và đàn gà kêu chiêm chiếp gọi mẹ, có con diều của tuổi ấu thơ….. Và, tất cả mọi thứ đều khơi dậy trong ký ức của chàng. Phàm vừa gọt trúc vừa quay lại thước phim quá khứ trong đầu. Cho đến lúc cành trúc đâm vào da thịt, chàng mới giật mình. Phàm chăm chú vào việc chẻ trúc và làm diều. Vài tiếng đồng hồ sau khi cắt, vẽ, dán. Con diều của chàng từ từ ló dạng. Đầu diều là hình ảnh lá quốc kỳ Việt Nam. Đuôi và tai diều là những sợi giấy màu vàng và đỏ dài ngoằng hơn ba mét. Chàng ngắm tác phẩm của mình, rồi tự hào nói với con:

- Ngày mai con diều này sẽ tung bay trên bầu trời tự do. Nó sẽ là cánh diều bay cao và tự hào nhất xứ sở này.

Lamson nhìn Phàm, ngơ ngác. Chàng nhìn con rồi thầm nghĩ, làm thế nào thằng bé hiểu được những gì chàng nói. Nó làm sao hiểu nỗi nhớ quê ray rứt xâm lấn tâm hồn chàng. Chàng lẩm bẩm:

- Con diều làm gì biết nhớ đến quê hương, đất tổ? Con diều làm gì biết đến sự tự do hay kềm kẹp? Con diều làm gì có hồn để mà thăng hoa tới đỉnh vinh quang? Con diều làm gì có tâm sự?

Phàm lắc đầu, xua tan ý nghĩ lởn vởn ấy. Chàng ôm cánh diều vừa làm xong và dắt con vào nhà.

Sáng thứ Bảy....

Một buổi sáng cuối tuần đẹp trời. Ánh nắng chui qua rèm cửa, rọi vào mắt Phàm. Chàng dụi mắt, ngồi bật dậy, đi đánh răng rửa mặt. Chàng mở cửa, nhòm vào phòng con. Thằng bé Lamson đang chơi trò chơi điện tử. Vừa thấy chàng, thằng bé vội chạy lại bên bố, rồi làm mặt giận.

Nó nói:

- Ba ngủ dậy trễ quá à.... Nắng lên tới... mười sào rồi kia kìa.

Thằng bé vừa nói vừa giang tay thật dài làm điệu bộ. "Nắng lên đến mười sào" là câu mà nó bắt chước mẹ nó mỗi khi Phàm ngủ nướng, không chịu dậy. Chàng xoa đầu con, nói:

- Ba sorry. Thôi để ba thay đồ, đưa con đi ra McDonald ăn rồi mình thả diều chịu không nè?

- Hay quá! Con muốn *happy meals* cơ.

- Ờ được...

Phàm lái xe đưa con ra tiệm bánh mì kẹp thịt, mua thức ăn và nước uống cho mình và con, rồi chạy thẳng đến trạm xe điện ngầm gần đấy. Hôm nay Phàm cảm thấy tâm hồn chàng thảnh thơi lạ.

Đã bao năm rồi nhỉ?

Dắt con đi vào trạm xe điện, Phàm mua vé cho hai người. Thằng bé, nhìn bố hỏi:

- Ba ơi, sao mình đi Metro hả ba?

- Ừ... Đi Metro cho dễ. Giờ này lên đó không tìm chỗ đậu xe, mất công lắm....

Xe điện đỗ tại trạm Smithonian. Phàm vai đeo ba lô thức ăn, tay ôm diều, tay dắt con, hai cha con họ đi đến nơi thả diều. Nơi ấy, chàng thấy vô số người tham dự thả diều, đủ mọi sắc dân, tầng lớp, nhưng hầu hết là con nít.

Phàm đưa mắt nhìn lên bầu trời, những con diều hình người, hình máy bay, hình con bướm, con ong, hình chiếc lá, muôn màu, muôn kiểu, đang tung bay. Chàng dắt con tìm một chỗ trống bỏ ba-lô xuống. Chàng dùng dây buộc con diều lại và trải đều ra, chuẩn bị thả. Khi chàng sắp sửa thả, một người phụ nữ tay dắt đứa bé gái sáu bảy tuổi đi xem thả diều. Cô ta nhìn thấy cha con Phàm, cô buột miệng, hỏi:

- Anh là người Việt Nam hả?

- Vâng, đúng ạ.

- Chào anh.... Diều anh mua ở đâu mà đẹp vậy?

- Chúng tôi tự làm lấy ạ.

- Oh...Wow.... Đẹp quá phải không con?

Người phụ nữ vừa vuốt lên cánh diều vừa nhìn đứa con gái tấm tắc khen. Cô ta hỏi chàng:

- Diều anh làm đẹp ghê. Anh có dự thi không? Tôi nghĩ cánh diều của anh mà dự thi thì sẽ thắng giải đó.

- Dự thi sao cô?

- Anh thấy mấy người xếp hàng cầm diều bên kia không? Họ xếp hàng dự thi đó. Anh tới đó điền tên đăng ký. Sau khi thả, họ sẽ chấm điểm và phát thưởng nếu anh thắng.

Phàm đưa mắt nhìn về hướng người phụ nữ chỉ. Nơi đó, chàng thấy một số người xếp hàng ghi danh thi thả diều. Chàng tạm biệt cô ta và dắt Lamson đến làm thủ tục. Đi được vài bước, chàng còn nghe tiếng người phụ nữ nói vói theo:

- Anh nhớ điền tên của nước mình vào nha.

Phàm quay lại nhìn người phụ nữ, cười, rồi vẫy tay chào biệt. Lúc điền đơn, ai cũng ngạc nhiên nhìn con diều của cha con chàng. Có lẽ trong tầm mắt họ, con diều của cha con chàng lạ lắm" Chắc có lẽ họ chưa bao giờ thấy con diều nào có đuôi và tai dài lê thê đến thế. Nhưng rồi họ sẽ biết và sẽ tấm tắc khen khi con diều này tung bay trên bầu trời…

Phàm dắt con đi. Chàng chọn một điểm hơi vắng người và bắt đầu chỉ cách cho thằng bé thả diều. Bé Lamson ngồi lắng tai nghe bố chỉ dẫn. Nó bắt đầu kéo sợi dây và chạy.

Gió thổi...

Khi con diều gặp gió, bay lên. Giữa bầu trời xanh lơ, đám mây trắng, đó là màu quốc kỳ nước Việt Nam tung mình trong gió, lả lướt. Con diều càng lên cao, lại càng uốn lượn đôi tai như hắn đang vểnh lên nghe chàng tâm sự. Phàm bảo con cứ thả dây cho diều bay càng cao càng tốt. Thằng bé ngây thơ hỏi:

- Ba cho nó bay cao quá, đụng trời thì sao?

Phàm cười. Khi con diều bay cao, gần hết giây, nó chỉ còn ba vệt đen; một dài, hai ngắn trên bầu trời xanh.

Cùng lúc đó, tiếng loa phóng thanh phát ra:

- Lamson Tran, con diều Việt Nam được chấm hạng nhất năm nay. Hãy xem con diều đang bay kia đó là con diều duyên dáng nhất đoạt giải. Con Diều của nước Việt Nam. Chúng tôi xin chúc mừng Lamson Tran đã thắng giải thả diều năm nay.

Mọi người đều chạy tới nơi cha con Phàm xem diều. Họ trầm trồ, chỉ trỏ.

Phàm đưa mắt nhìn lên bầu trời, nơi có con diều của cha con chàng. Chàng thầm reo lên trong lòng:

- Ôi...Đẹp thay con diều Việt Nam...

Đi Chợ Tết

Tuyết đang rơi. Những bông tuyết to bằng ngón tay rơi xuống dày đặc. Sáng thứ Bảy, bên ngoài tuyết rơi, tôi không muốn ra khỏi chăn ấm. Nhưng vợ tôi cứ nài nỉ:

- Dậy đi anh. Dậy đi chở hai mẹ con em đi chợ Tết.

- Tuyết đang rơi mà chợ Tết gì em? Để hôm nào rồi hẳn đi.

- Trời đất. Chợ Tết chỉ có hôm nay, không đi không được. Chắc anh không thương con nữa chứ chi?

- Sao lại thế?

- Dậy đi mà... Đi cho con nó biết chợ Tết, biết phong tục tập quán của người Việt mình... Chiều em và con đi mà...

- Thôi được rồi...

Còn chưa muốn rời khỏi chăn ấm, tôi chậm chạp lăn xuống giường. Vào nhà tắm đánh răng, rửa mặt. Vợ tôi đã chuẩn bị sẵn áo quần cho tôi, nàng hối thúc:

- Em đã chọn áo quần cho anh rồi. Nhanh lên xuống dưới ăn chút gì rồi mình đi chợ Tết.

- Ừa được rồi... Con đâu em?

- Em cho nó ăn sáng rồi chơi ở dưới phòng khách đó.

Trên bàn là dĩa ốp la trứng với lát bánh mì và ly sữa nóng. Ăn sáng xong, chúng tôi lái xe đi chợ ở Falls Church, Virginia. Từ Richmond đến Falls Church, nơi tổ chức chợ Tết, cũng gần hai giờ lái xe. Trên đường tuyết đang rơi. Gần hai tiếng đồng hồ chúng tôi cũng đến nơi. Chợ Tết của cộng đồng người Việt vùng Hoa Thịnh Đốn được tổ chức trong một trường trung học gần khu thương mại Eden, trường JEB Stuart. Ngoài trời tuyết vẫn còn rơi, nhưng ở bãi đậu xe không còn một chỗ trống. Tôi để hai mẹ con trước cổng trường rồi chạy xe đi tìm chỗ đậu. Sau khi trả tiền vào cửa để vào bên trong, tôi tìm vợ con. Tôi đang đưa mắt tìm. Từ xa, tôi thấy cậu con trai hai tuổi của tôi kéo lấy tay mẹ nó, chạy lại bên tôi kêu lớn:

- Ba ơi... Con có bong bóng nè...

Tôi ôm cậu bé vào lòng, hôn lên má con. Cậu bé đưa tay sờ vào cằm của tôi rồi nũng nịu:

- Ba chưa cạo… Con đau.

- Sorry cục cưng. Mà ai cho con bong bóng vậy?

Vợ tôi trả lời thay con:

- Dạ khi nãy hai mẹ con em vô cửa có chị kia cho. Em đâu biết là mặc áo dài được vô cửa miễn phí đâu. Cậu ấm nhà mình được free và còn được bong bóng, nên nó thích lắm. Ai cũng khen nó mặc áo dài khăn đóng giống ông cụ non...

- Ờ. Em mua được gì không?

- Dạ cũng chưa mua gì, em và con chỉ đi dạo một vòng. Mà chợ Tết ở đây cũng bán đủ thứ đồ hết.

Chúng tôi đi dạo chợ Tết. Những quầy hàng bán trái cây, dưa món, bánh tét, bánh chưng, bông hoa, bánh mứt, sách báo, lịch, đủ thứ cả. Gần cửa ra vào còn có cả một quầy chụp hình lưu niệm lấy liền nữa. Mọi người xếp hàng chờ chụp hình và lấy ảnh. Khi đi ngang qua hàng hoa cảnh, vợ tôi mua một bó hoa Huệ đỏ về chưng ba ngày Tết. Trả tiền và nhận hoa xong, nàng thấy chậu hoa Đào bonsai, bên cạnh đang kết nụ, thích lắm. Nàng hỏi người bán hàng:

- Chú ơi, chậu hoa đào này bao nhiêu vậy chú?

- Giá tôi bán là bốn trăm, nhưng tôi bớt cô năm chục. Cô mua giúp giùm tôi nhé.

- Dạ cám ơn chú...

Vừa nói nàng vừa kéo tay tôi và con ra khỏi hàng hoa. Đi được một lúc, nàng thầm thì nói nhỏ:

- Ba trăm rưỡi, mắc quá. Gần bảy triệu tiền Việt. Số tiền không nhỏ.

Tôi nói với nàng:

- Ừa số tiền cũng nhiều thiệt, nhưng nếu em thích thì mình mua đi. Để trồng được một cây hoa đẹp như vậy cũng rất công phu. Nếu thích thì mình quay lại mua...

- Nhưng ba trăm rưỡi, hơn cả tuần lương em làm rồi còn gì. Thôi, đừng nghĩ đến nữa. Mình chưng hoa Huệ đỏ và hoa cúc vàng hôm qua mua ở Costco cũng đầy đủ ba ngày Tết rồi.

Đi dạo chợ Tết một hồi, chúng tôi ghé lại một quầy bán thức ăn mua hai tô bún thịt nướng, một dĩa bánh cuốn và hai ly nước mía. Ngồi ăn tôi chợt nhớ lại những tháng ngày khi còn ở Việt Nam, lúc Mẹ tôi còn bán hàng bún bánh canh. Những ngày Tết đến, người ta ít nấu ăn ở nhà, quầy bún bánh canh của mẹ lúc nào cũng đông nghịt khách. Tôi lu bu phụ mẹ bưng bát, dọn dẹp và rửa chén bát nên chẳng bao giờ thích những ngày Tết. Thấy tôi ngồi thừ người, vợ hỏi nhỏ:

- Anh làm gì thừ người vậy? Đang nhớ tới cô nào?

- Cô nào? Tự nhiên nghĩ đến chuyện xưa khi còn ở Việt Nam đó mà...

- Trời! Mình ở Mỹ rồi mà còn nghĩ tới chuyện cũ rích thời Bảo Đại chưa mặc quần...

- Thì đang ăn bún, lại nghĩ đến nồi bún bánh canh của Mẹ khi anh còn nhỏ.

- Thôi anh đừng nói nữa, em khóc... Ăn đi, rồi qua cho con coi văn nghệ.

Chúng tôi tìm chỗ trống và ngồi xuống coi văn nghệ Tết. Văn nghệ có màn múa lân của những võ đường quanh vùng. Ngoài tiết mục múa lân có ca hát, thi hoa hậu, thi trẻ em đẹp rất nhộn nhịp. Một cô gái trẻ lại gần bên chúng tôi, đưa cho vợ tôi một tờ đơn nhỏ. Cô nài nỉ vợ tôi ghi danh cho con trai tôi thi trẻ em đẹp. Vợ tôi lắc đầu với ý nói rằng cậu bé nhát lắm và chưa nói được nhiều tiếng Việt, nên hẹn lại năm sau. Ngồi xem văn nghệ xong, chúng tôi dắt con qua gian hàng trò chơi cho cu cậu chơi. Những trò chơi như lắc vòng, bầu cua cá cọp, câu cá, chọn vịt có số được thưởng ...vv...vv.... Làm cậu bé cứ tíu ta tíu tít chơi các trò chơi cùng mẹ. Cậu bé thích chí, nắm lấy tay mẹ chạy từ nơi này sang nơi khác. Lâu lâu kéo tay tôi lại và khoe những món đồ chơi mà cậu được tặng. Dạo một vòng chợ Tết, vợ tôi mua một ít nem chua vài đòn chả lụa về ăn Tết. Tôi hỏi vợ:

- Sao em không mua ít bánh chưng, bánh tét về ăn Tết?

- Còn một tuần nữa mới tới Tết, năm nay em gói bánh và làm mứt chứ không mua.

- Sao vậy? Nhà mình đâu có ai làm chi cho cực?

- Năm nào mua về anh và con cũng không chịu ăn, một mình em ăn riếc ú na ú nần... Nên năm nay em sẽ tự tay gói và làm mứt... Anh giúp em?

- Thôi đi... Em mua về ăn cho tiện. Làm chi cho mất công.

- Mua ở ngoài không vừa miệng, nên anh có ăn đâu. Lần này em làm anh nhất định phải ăn.

- Sao cũng được. Vậy thôi mình về?

- Dạ!

Tôi dặn vợ và con đợi trước cổng trường để tôi ra lấy xe đón hai mẹ con cho khỏi lạnh.

Bên ngoài, tuyết đã ngưng rơi. Chúng tôi lái xe về lại Richmond trời cũng vừa tối. Về đến nhà, tôi đi ra sau vườn lấy cây kéo làm vườn cắt vài cành Forsythia, một loại hoa có bốn cánh màu vàng khi nở hoa rất giống hoa mai, nên chúng tôi gọi đùa đó là hoa mai Mỹ. Đem vào nhà tôi ngâm chúng vào bình nước ấm để bên cạnh lò sưởi. Nàng nhìn tôi âu yếm, rồi nói:

- Cám ơn anh. Năm nay mình sẽ có một cái Tết thật đầm ấm.

Ngọn Bí Tháng Mười

Hai đứa bé, một trai một gái, nô đùa trên cánh đồng đầy những trái bí chín vàng. Bé gái gọi lớn:

- Anh Hai ơi, lại đây giúp em nè. Trái này em chọn, anh coi có đẹp không?

Cậu con trai hơn mười tuổi chạy lại bên cô em gái sáu tuổi, ngồi xuống bên cạnh em. Cậu lăn trái bí qua trái qua phải, nói:

- Trái này bị hư rồi, mình tìm trái khác nhé?

Đứa em phụng phịu lắc đầu:

- Nhưng em thích trái này, anh giúp em rinh nó nhé?

- Ba ơi, mẹ ơi, giúp con với. Nó nặng ì à, con không rinh được.

Người phụ nữ quay đầu nhìn lại, trên tay cô cầm những ngọn bí xanh rì, nàng mỉm cười nhìn hai con và nói với người đàn ông:

- Anh giúp con nhé? Nặng quá em không bê nổi.

- Ừa được rồi, mà em hái ngọn bí chi vậy?

- Hái về tối nay em cho anh ăn món ngọn bí chấm mắm tỏi.

- Trời... Ngọn bí mà ăn cái gì?

- Anh nhà quê quá... Ngọn bí ăn ngon lắm đó... Anh ăn đi, rồi… sẽ mê.

Người đàn ông đến xem trái bí màu vàng cam. Lật qua, lật lại rồi nói với cô con gái:

- Trái này bị sâu rồi, mình không làm lồng đèn được đâu con gái ạ. Hay để ba giúp con tìm trái khác nhé?

- Dạ.

Người đàn ông kéo chiếc xe nhỏ trên con đường sỏi đá. Cơn gió nhẹ thổi qua, mát dịu. Cô bé ngồi trên chiếc xe kéo ôm trái bí màu vàng cam vào lòng cười tủm tỉm, cô bé nói:

- Ba ơi, con muốn làm Jack-O-Lantern là chú chuột Mickey được không ba?

- Chú chuột Mickey à? Con sẽ giúp ba chứ?

- Dạ, ba... Nhưng con đâu biết... Con giúp hun ba một cái được không?

Người đàn ông cười. Nụ cười hạnh phúc trên môi...

Rời cánh đồng bí rợ, họ đến vườn táo. Những sợi nắng nhỏ mỏng manh miên man trên cành. Những quả táo chín đỏ đung đưa trước gió. Tháng mười của quả bí rợ màu vàng cam; của quả táo căng tròn mọng nước. Tháng mười của mùa thu.

Cô bé chạy quanh vườn táo, hái một trái đưa lên miệng cắn và nói:

- Ba ơi, Mẹ ơi, táo này ngọt và giòn quá à...

Nói rồi cô bé tiếp tục hái một trái nữa, chạy đến bên anh trai:

- Anh Hai, cho anh trái này nè. Anh ăn đi...

- Cám ơn em, nhưng em không nhớ là anh không ăn táo sao?

- Sao vậy? Táo ngon mà...

- Anh ăn bị ngứa miệng có nhớ không?

- À, em nhớ rồi... Tiếc quá... Thôi em để dành cho bạn vậy...

Đến quày tính tiền, người đàn ông rinh hai trái bí, một bịch táo và một bịch ngọn bí để lên cân. Cô gái trẻ đứng ở quầy tính tiền, bối rối khi thấy túi ni-lon với đầy ngọn bí. Cô chần chừ chưa biết phải làm gì, quay qua hỏi người phụ nữ bên cạnh.

- Cô ơi, cái này tính tiền làm sao?

- À... Thôi tặng cho họ đi cô bé ạ...

Người đàn ông nhìn cô bé, rồi nhìn người phụ nữ đang đứng ở quầy tính tiền và cám ơn:

- Cám ơn bà. Cám ơn cô. Nhưng tôi có thể trả chúng theo cân nặng của quả bí...

- Không sao đâu ông cứ giữ lấy, vì nếu ông không hái, chúng cũng hư thôi. Tôi có thể hỏi ông, ông hái chúng về để làm gì không?

- Thú thật với bà và cô, tôi cũng chưa biết được, nhưng vợ tôi bảo chúng ăn ngon lắm. Tôi chưa từng ăn, nhưng vợ tôi nói ăn được chắc là vậy...

- Thú vị nhỉ. Nếu ông hái về ăn thì tốt quá. Ông lấy đi, không cần tính tiền.

- Cám ơn bà và cô nhé.

- Vâng, cám ơn ông và gia đình đến với nông trại của chúng tôi. Chúc gia đình ông những ngày cuối tuần vui vẻ.

- Dạ cám ơn, chào bà và cô.

Buổi tối, trên bàn cơm, ngoài món mì Ý của hai con ra, còn có hai con cá chiên giòn, một dĩa ngọn bí luộc và chén nước mắm tỏi. Thấy người đàn ông không đụng đũa vào dĩa ngọn bí luộc, người phụ nữ trẻ làm mặt buồn và nói:

- Anh chê thức ăn em làm rồi phải không?

- Không phải, nhưng ngọn bí anh chưa bao giờ ăn, nên không thích.

- Anh nói chưa bao giờ ăn, sao biết không thích? Thử đi, cứ xem như là rau muống luộc.

- Thôi được.

Người đàn ông miễn cưỡng dùng đũa gắp một cọng bí luộc, chấm vào dĩa nước mắm tỏi rồi bỏ vào miệng nhai. Vị ngọt, giòn, tươi xanh của ngọn bí kèm với nước mắm ớt tỏi cay nồng mằn mặn hòa tan vào nhau thật lạ miệng. Hôm ấy người đàn ông ăn đến no bụng. Người phụ nữ trẻ tủm tỉm cười và nói:

- Đó, em nói có sai không nào ... Anh ăn ngọn bí luộc chấm nước mắm ớt tỏi rồi sẽ mê ngay mà, thấy không.

Họ nhìn nhau, cười.

Ngoài sân, một chiếc lá vàng rơi, mùa thu vừa đến...

RIC120118

Phở Ru

Tôi đang tiêm thuốc cho chuột thì tiến sĩ Hauser đến. Ông đưa tay qua phụ nữ Á Đông và giới thiệu:

- Đây là Pete. Pete làm việc với chúng tôi hơn mười năm rồi. Cậu ấy đang tiêm saline và morphine cho chuột. Còn đây là tiến sĩ Liangru Contois.

- Chào Pete. Gọi tôi là Ru. Tôi thích mọi người gọi tên tôi vậy cho thân mật. Rất hân hạnh. Hy vọng chúng ta sẽ làm việc chung với nhau.

- Vâng. Xin lỗi... Tiến sĩ...

- Gọi tôi là Ru được rồi.

- Vâng, Ru! Xin lỗi bà nhé. Tôi đang bận việc nên không thể bắt tay trong lúc này.

- Ồ, không sao cả. Tôi hiểu mà. Gặp cậu Pete sau nhé.

Ru vào làm việc trong phòng thí nghiệm với chúng tôi được hơn hai năm. Ru là người gốc Đài Loan, bà độ chừng trên năm mươi tuổi. Ru từ tiểu bang Maine dọn xuống Virginia này. Bà ấy đi theo chồng. Chồng Ru là một bác sĩ tim trước kia làm việc ở trường đại học Maine, Farmington, một tiểu bang lạnh giá về phía Bắc, nơi mệnh danh là tiểu bang của tôm hùm. Chồng Ru mới nhận được việc làm ở một bệnh viện tiểu bang Virginia này, nên bà dời theo. Mặc dầu Ru có bằng tiến sĩ, nhưng do bà ở nhà một thời gian dài để nuôi dạy, chăm lo cho hai cô con gái, nên giờ trở lại làm việc vẫn phải học và làm lại từ đầu. Tuy lớn tuổi, nhưng bà hoạt bát, yêu đời, luôn tươi cười và rất hòa đồng nên mọi người trong phòng thí nghiệm này ai cũng đều mến.

Ru biết tôi là người gốc Việt, bà hỏi:

- Pete, cậu có biết ở thành phố này tiệm bán thức ăn Việt không?

- Tiệm và quán ăn thì khá nhiều, nhưng hiện giờ bà ở khu nào?

- Tôi ở West End.

- Bà thích ăn những món nào của người Việt?

- Tôi thì món nào cũng thích, nhưng chồng tôi rất thích phở. Hai cô con gái của chúng tôi cũng vậy. Chúng rất thích phở như bố. Mỗi lần có dịp đi đến những nơi cộng đồng người Việt sinh sống, chúng tôi đều ăn. Món phở rất dễ ăn và ngon.

- Ồ... Ở vùng này có Phở Số I, Việt Nam Gardens, Việt Nam One, Phở Tây Hồ, Phở Huỳnh...

Tôi kể vài cái tên cho Ru nghe. Ru nghe xong, ngạc nhiên hỏi:

- Nhiều vậy à? Lúc trước khi chúng tôi ở Farmington chỉ có vài ba tiệm thôi. Chúng tôi thích ăn Phở Hong.

Ru hỏi tiếp:

- Vậy theo cậu thì tiệm ăn nào bán món phở ngon nhất?

- Thú thật với bà, chúng tôi ít khi ra ngoài ăn, nên cũng không biết được. Vả lại còn tùy vào khẩu vị của từng người nữa. Nhưng chúng tôi thường ăn ở Việt Nam One vì mỗi lần đi chợ Việt Nam, chợ Tân Á, rồi ghé vào ăn luôn.

- Cám ơn Pete nhé. Chúng tôi sẽ đến để ăn thử.

Thứ Hai đầu tuần, trong giờ ăn trưa, Ru khoe với tôi rằng gia đình bà đã thử các món ăn ở tiệm Việt Name One. Cả nhà thích lắm, nhất là chồng của bà. Bà kể:

- Hồi tôi mới quen chồng tôi, ông ấy tưởng tôi là người Việt. Ông ta nói người Á Đông chúng ta ai cũng hao hao giống nhau. Hồi còn trẻ, khoảng mười tám đôi mươi gì đó ông ấy có tham chiến ở Việt Nam vài tháng một năm gì đó. Nên khi gặp tôi, ông tưởng tôi là người Việt. Ai ngờ tôi là người Đài Loan. Ông ta lầm. Nhưng đã lỡ thương nhau thì Đài Loan hay Việt Nam gì thì chúng tôi cũng đã lấy nhau hơn hai mươi năm. Hôm nay cậu ăn món gì vậy?

Tôi bưng tô bún bò vừa mới hâm nóng từ microwave ra. Ru hít một hơi dài và nói:

- Phở? Phải phở không? Nhưng mùi này khác quá. Chắc không phải rồi. Món này gọi là gì?

- Bún bò.

- *Bun bo*? Tôi cứ tưởng đâu là phở. Mà cậu sướng thật, ngày nào cũng được vợ nấu cho ăn những món ngon. Đừng nói cho chồng tôi biết nhé. Không ông ấy lại phân bì thì mệt cho tôi lắm. Món này cũng làm từ bột, giống cọng phở?

- Không... Món này khác với phở. Cay hơn. Rất tuyệt vời nếu ăn vào những ngày lạnh, như ngày hôm nay. Thường ở miền Trung nước Việt Nam hay nấu món này, chúng tôi gọi món này là Bún Bò Huế.

- Ờ, mà sao tôi thấy thức ăn của cậu lúc nào cũng là phở, nhưng chỉ khác nước soup và cọng bún?

- Không phải... Người Việt chúng tôi không chỉ có món phở là có nước và bún đâu. Còn có bún bò, bún thang, bánh canh, bún riêu, mì Quảng, hủ tiếu, bún thịt nướng ...vv...vv... Nhiều lắm...

- À, những món soup dễ ăn và bổ dưỡng. Chắc cậu thích các món soup?

- Vâng, tôi thích ăn những món bún và phở. Vì chúng có nước. Mà bà biết nước tiếng Việt còn có nghĩa là một quốc gia không?

- Vậy à? Hay nhỉ. Nước còn là quốc gia? Vậy Việt Nam gọi là Nước Việt Nam? Đài Loan gọi là nước Đài Loan, Mỹ gọi là nước Mỹ?

- Vâng. Đúng rồi.

- Cậu thường ăn phở do vợ cậu nấu, vậy cậu có biết nấu phở không? Tôi rất muốn học, cậu có thể chỉ giúp tôi chứ?

- Vâng, để tí nữa tôi sẽ tìm cách chỉ dẫn trên mạng gởi cho bà. Nếu bà không hiểu chỗ nào, tôi sẽ hỏi lại vợ tôi rồi nói lại cho bà nghe.

- Cám ơn cậu Pete nhé.

Tôi lên mạng internet tìm cách nấu phở bò và phở gà gởi cho Ru. Hôm sau trong giờ trưa, bà nói:

- Tôi làm theo chỉ dẫn cách nấu phở gà mà cậu gởi, nhưng nước đục ngầu không trong như ở tiệm. Cậu có bí quyết gì khác không?

- Vậy chắc là bà nấu không đúng cách. Muốn nước lèo trong; ngoài bỏ nhiều củ hành ra thì bà phải hầm nước ở lửa nhỏ và nhớ không đậy nắp. Phải hầm qua đêm thì nước mới ngon.

- Hôm nào tôi sẽ thử lại. Khi nào thành công, tôi sẽ mời cả gia đình cậu đến ăn được chứ?

- Vâng, chúng tôi rất vui lòng.

Hôm nào cũng vậy, mỗi bữa trưa, Ru đều chờ tôi ăn cơm trưa chung vì bà muốn coi thử tôi ăn món gì. Hôm nào ăn những món bún nước thì bà cũng gọi là phở, nhưng không phải là phở. Và lần nào cũng vậy, tôi cũng phải giải thích cho bà hiểu sự khác biệt giữa bún và phở. Nhưng giải thích cho bà hôm trước, mấy hôm sau bà vẫn gọi những món bún nước là phở. Dường như ngoài chữ phở ra bà không còn nhớ được tên gọi những tô bún, mì, hủ tiếu nào khác cả.

Tôi đang bận làm một thí nghiệm giữa chừng, nên đã qua quá giờ cơm trưa gần cả giờ đồng hồ. Nhưng Ru vẫn đợi tôi ăn cơm trưa chung. Khi tôi hâm lại tô phở chay, bà nhìn vào tô phở của tôi và hỏi:

- Ủa, hôm nay món phở cậu ăn lạ quá? Nó gọi là phở hay bún?

- À hôm nay là phở. Phở chay.

- Phở chay à? Hèn gì tôi thấy toàn đậu hũ và nấm. Mà phở cũng nấu chay được sao?

- Được chứ. Phở cũng giống như pizza vậy. Ai thích ăn gì thì bỏ vào thứ đó rồi nấu thôi. Có phở bò, phở gà, phở hải vị, phở chay...

- Ngoài phở bò và phở gà ra, chúng tôi chưa thử những loại phở khác. Mà chắc là chồng tôi không thích phở này đâu. Ông ấy rất ghét đậu phụ.

- Vậy à? Người Đài Loan cũng thường ăn đậu phụ lắm. Bộ bà không nấu cho ông nhà ăn sao?

- Tôi ít khi vô bếp lắm. Ba cha con họ không thích ăn đồ Tàu. Tôi thì lại lười nên cả nhà ăn đồ đông lạnh hoặc mua pizza về ăn. Cũng ít khi nấu nướng. Món này vợ cậu nấu luôn à?

- Không, chúng tôi mua ở chùa Huệ Quang.

- Chùa mà cũng bán phở sao?

- Đúng rồi. Chùa Huệ Quang vào ngày Chủ Nhật đầu của mỗi tháng đều có bán thức ăn để gây quỹ. Chủ Nhật nào chúng tôi cũng ghé chùa mua thức ăn chay về ăn cho thanh tịnh. Hôm qua chùa bán món phở chay, nên chúng tôi mua vài phần để dành hôm nay mang đi làm khỏi mất công nấu.

- Vậy khi nào bán nữa, cậu cho tôi biết nhé. Tôi cũng muốn thử. Mà chùa cậu nói ở đâu?

- Trên đường Hungary. Tôi nghĩ không xa lắm nếu bà ở West End.

- Ồ, nhất định tôi về nói với chồng tôi. Biết đâu ông ấy chịu thử ăn đậu phụ thì sao. Ông ấy cần ăn đậu phụ, giảm bớt thịt đỏ. Ông ấy béo lắm rồi...

Tôi lấy điện thoại di động ra tìm địa chỉ chùa Huệ Quang và gởi qua cho Ru.

Ru hỏi:

- Pete này, cậu người gốc Việt, vậy có biết nhà văn gốc Việt sống ở Canada không? Nhà văn gì mà mới đây được đề cử The New Prize in Literature? Kim gì gì đó...

- À, có phải bà đang nói nhà văn Kim Thúy?

- Đúng rồi. Nhà văn Kim Thúy. Bà ta có viết một cuốn tiểu thuyết tựa là Ru. Không ngờ tên tôi cũng khá nổi tiếng. Mà sao cái tựa đọc lạ quá. Chắc là có ý nghĩa gì? Cậu biết Ru có nghĩa gì không?

- Tôi không chắc lắm. Nhưng có thể ru là một động từ. Một động từ khi người mẹ đang dỗ con vào giấc ngủ. Người mẹ đang ru con. Ru con là một hình ảnh đẹp đối với người phụ nữ Việt. Tôi nghĩ vậy.

- Ồ, thú vị quá. Vậy tên tôi cũng là một hình ảnh đẹp. Tôi là người phụ nữ đẹp mà phải không? Tôi làm dịu những cơn giận...

- Chắc vậy. Chắc bà làm dịu cơn giận của Yun Kyung Hahn?

- Hi... Hi.... Hi....

Ru cười như nắc nẻ. Bà đưa tay lên quệt mắt. Khi vui cười người ta có thể trào nước mắt. Ru dừng lại và bà nói tiếp:

- Tôi không dám đâu. Yun có tiếng là nóng tính nhất trong phòng thí nghiệm này. Ai mà làm nguôi cơn giận của cô ấy được.

- Thì là bà..... Vì bà tên là Ru mà....

- Cậu giỡn hoài. Tôi bỏ chạy còn không kịp ở đó mà "ru" cơn giận của cô ấy....

Mùa đông phòng thí nghiệm chúng tôi làm đóng cửa từ ngày 20 tháng Chạp đến 3 tháng Giêng. Thứ Năm, ngày đầu tiên trở lại làm việc, gặp tôi, Ru khoe liền:

- Pete, tôi đã nấu phở được rồi. Tôi không biết là có ngon bằng của vợ cậu nấu không, nhưng chồng và hai cô con gái chúng tôi khen ngon lắm. Ngon bằng hoặc hơn phở bò ở Việt Nam One lận.

- Vậy à? Chúc mừng bà nhé.

- Cám ơn cậu. Sau gần cả hai năm tôi học nấu phở. Mùa lễ Noel vừa rồi, nghỉ ở nhà nên tôi nấu miếc. Nấumỗi tuần, nên mới được nồi phở ngon. Hôm nào tôi mời cậu và gia đình đến ăn thử nhé.

- Cám ơn bà; bà Ru. Nhất định chúng tôi sẽ đến.

- Thứ Bảy tuần sau cậu rảnh chứ? Thứ Bảy ngày 12 tháng này.

- Vâng. Tôi thì không có dự tính gì. Nhưng để tôi hỏi lại vợ tôi xem.

- Mai cậu cho tôi biết nhé, Pete.

Trưa thứ Bảy, chúng tôi đi chợ mua ít trái cây tươi và chai rượu đỏ về nhà gói lại thật đẹp. Đâu vào đấy, chúng tôi lái xe đến nhà Ru. Từ nhà chúng tôi đến nhà Ru chừng hai mươi phút lái xe. Ru đón chúng tôi vào nhà và giới thiệu:

- Đây là John, chồng tôi. Jessica và Jenna, hai cô con gái của tôi. Jessica mười chín. Jenna mười bốn. Jenna chắc lớn hơn con trai cậu vài tuổi. Cô bé đang học lớp tám.

- Rất hân hạnh được làm quen. Dạ, tôi tên Pete. Vợ tôi, Kim. Con trai tôi Lamson, sắp sinh nhật 12 của cậu ấy. Còn đây là cô con gái của chúng tôi, cô bé tên Levian. Levian được bảy tuổi, đang học lớp hai.

- Rất vui tiếp đón gia đình cậu.

Cô bé Jenna, cô con gái nhỏ của bà Ru, lại bên con gái tôi làm quen. Mấy phút sau, hai chị em chơi với nhau rất vui. Còn John trò chuyện cùng con trai tôi và cô con gái lớn, Jessica. Ru dẫn hai vợ chồng tôi ra phía sau nhà giới thiệu căn phòng kính trồng nhiều loại hoa lan, chim cảnh, và hồ cá kiểng thật đẹp. Gần năm mươi chậu lan chung quanh căn phòng kiếng. Một số đang trổ hoa thật đẹp. Vợ tôi ngắm đến mê mẩn. Tôi thì thích ngắm hồ cá. Những chú cá lia thia đủ màu sắc rực rỡ làm cho người ta có cảm giác thư thả, bình yên. Ru nói:

- Chồng tôi thích trồng hoa lan và nuôi cá. Còn lồng chim là của hai cô con gái. Lúc trước chúng tôi có nuôi một con mèo, nhưng nó già và chết. Sau lần đó cô bé Jessica buồn quá, nên không còn muốn nuôi mèo nữa.

- Ồ... Tội quá...

- Không sao đâu. Chuyện cũng đã lâu, khi chúng tôi còn ở trên Maine kìa.

- Nhà bà đẹp quá bà Ru ạ. Vợ tôi rất mê vườn hoa lan của nhà bà. Còn tôi thì thích hồ cá và đàn chim bạc má hót ríu ra ríu rít này.

- Cám ơn Kim và Pete nhé. Nhưng chúng kêu cả ngày, nhiều khi ồn điếc cả tai. Hai cô bé còn đòi nuôi thỏ nữa kìa, nhưng tôi không cho chúng nuôi. Vì hồi còn nhỏ ở Đài Loan nhà tôi có nuôi thỏ. Chúng hôi và dơ lắm.

- Vâng, tôi biết. Chúng tôi cũng có nuôi hai con thỏ sau vườn.

- Ở ngoài trời à? Chúng không lạnh sao?

- Dạ không. Trước khi nuôi, chúng tôi có hỏi người bán rồi. Chúng ở ngoài trời, chịu lạnh được. Miễn sao có đầy đủ thức ăn và nước uống trong mùa đông.

- Cậu nói nhỏ thôi... Jessica hay Jenna nghe được là chúng đòi nuôi thì lại cực cho tôi.

Chúng tôi cười. Sau một hồi xem căn phòng kiếng phía sau nhà Ru, chúng tôi phụ Ru làm phở để ăn chiều. Phở có đầy đủ, nạm, gân, sách, bò tái, bò viên. Vợ tôi phụ Ru làm phở. John, hai cô con gái và tôi giúp dọn bàn để cùng ăn phở. Trên bàn có cả dĩa rau húng quế, giá và ngò gai tươi roi rói. Những tô phở bốc khói, thơm lừng hương vị của phở. Tôi múc một muỗng nước lèo, đưa lên miệng húp. Nước lèo trong, thơm và ngọt. Nước lèo rất đậm đà mùi vị của gừng, hồi, quế, hành tím, đinh hương, quyện vào nhau thơm lừng không thua gì ở nhà hàng. Thịt bò flank, cắt mỏng, mềm. Hành ngò thơm phưng phức. Húp xong muỗng nước lèo, tôi mượn một cái chén nhỏ để pha nước tương chấm với thịt, gân, sách, và bò viên. Mỗi khi ăn phở tôi thích hoà tan một phần tương đen, một phần tương đỏ và một lát nước cốt chanh để chấm thịt chứ không bao giờ xịt nước tương đen ăn phở hay tương ớt vào tô phở. Thấy tôi làm nước chấm riêng, John thích thú nhìn rồi nói:

- Pete, cậu ăn phở lạ nhỉ. Tôi thấy mọi người đều xịt tương đỏ và tương đen vào bát phở rồi trộn đều lên ăn.

- Tôi không biết người khác ăn ra sao, nhưng đối với tôi... Ăn phở cũng phải cho đúng thì mới biết được mùi vị của bát phở ngon.

- Thích nhỉ. Hồi nào tới giờ chúng tôi đâu biết rằng ăn phở cũng có cách thức ăn. Cậu ăn như thế nào mới gọi là thưởng thức một tô phở ngon?

- Đúng rồi Pete, cậu giải thích cho chúng tôi hiểu đi.

Ru lên tiếng.

- Một tô phở ngon điều quan trọng là nước lèo phải ngon. Nước lèo hôm nay của bà Ru nấu rất tuyệt vời. Nước trong và ngọt. Ngọt thanh kiểu hầm xương chứ không phải ngọt kiểu bột ngọt. Có thêm mùi vị của gừng, hành tím, đinh hương, quế, hồi... trong tô phở. Trước khi ăn, mình nên húp một vài muỗng nước lèo khi tô phở còn nghi ngút khói. Sau đó mình mới bỏ rau húng quế, giá, và ngò gai và trộn đều. Thịt, nạm, gầu, gân, sách, nên chấm riêng theo khẩu vị của từng người. John, Ru, Jessica, và Jenna lắng nghe tôi giải thích cách ăn phở. Họ gật gù thích thú. Jenna nói:

- Hên quá con chưa xịt nước tương vào tô phở của mình. Để con thử theo cách của chú Pete xem sao.

Jenna thử cách ăn phở theo tôi chỉ. Cô bé gật gù, nói:

- Dạ đúng rồi, ăn kiểu này nước lèo thơm hơn vì khi bỏ nước tương vào chỉ ngửi được mùi nước tương thôi. Mẹ Ru, thử đi ngon lắm.

- Ừa, ngon thiệt. Cám ơn Pete nhé. Nhờ cậu mà chúng tôi mới biết được ăn phở cũng phải cho đúng cách.

Tôi cười và trả lời:

- Vâng, nếu chúng ta chưa thử nước lèo mà xịt tương đen tương đỏ vào tô phở chẳng khác nào làm phật ý người nấu. Chê người nấu dở không đúng khẩu vị nên mới dùng nước tương bỏ vào. Cũng giống như người Pháp, khi ăn ở nhà hàng họ không thêm muối vào thức ăn vì cho rằng đó là một điều sỉ nhục với người nấu.

- Hay nhỉ. Chúng tôi chưa từng nghĩ đến điều đó.

Chúng tôi vừa ăn phở vừa nói chuyện về phở cho đến gần tối mới xin phép gia đình Ru để về nhà. Trên đường lái xe về nhà, vợ tôi hỏi:

- Bà Ru là người gì mà biết nấu phở vậy anh?

- Người Đài Loan em à.

- Bên Đài Loan cũng biết nấu phở hả anh?

- Tại họ thích ăn phở nên học cách nấu. Mỗi lần em làm phở cho anh mang đi làm, bà Ru đều hỏi. Anh chỉ cách nấu phở mà anh thấy em nấu cho bà ấy nghe. Gần hai năm trời bà mới nấu ngon và mới dám mời mình qua ăn thử đó.

- Ồ... Hèn gì.... Lúc nãy em ăn thấy mùi vị quen quen, giống em nấu ở nhà mình mọi khi. Mà công nhận phở bà Ru nấu ngon. Ngon hơn cả một số tiệm phở của người Việt mình làm chủ ở Richmond này.

- Ngon nhưng chưa bằng phở của em...

- Thôi đi ông. Nịnh thấy ớn...

- Nịnh gì. Thiệt mà.

Cả hai chúng tôi cùng cười.

Xe về đến nhà cũng chín giờ tối. Quanh quẩn đâu đây vẫn còn ngửi được mùi thơm của tô phở Ru.

Cô Bé và Hai Con Thỏ

Khi những đóa Thủy Tiên màu vàng thức dậy sau những tháng ngủ vùi cũng là lúc chúng tôi dọn lại góc vườn để trồng rau cho vụ mùa tới. Tôi đang gom những chiếc lá khô chờ đem đốt, cô con gái bảy tuổi của tôi từ trong nhà thò đầu ra và gọi:

- Ba ơi... Ba đang làm chi đó? Cho con ra ngoài chơi được không ba?

Tôi dừng tay, nhìn con và trả lời cô bé:

- Okay, con. Nhưng nhớ mặc thêm áo vì ngoài này vẫn còn lạnh.

- Dạ.

Cô bé trở vô nhà lấy áo rồi ra sau vườn nhà chơi cầu tuột. Chơi một lúc chán, cô bé đi theo chân tôi hỏi chuyện:

- Ba ơi, sao ba phải cào lá vậy?

- Ba dọn dẹp vườn để trồng rau cho con ăn chịu không?

- Con không thích ăn rau. Ba trồng *strawberries* nha?

- Ừa.

- Ba ơi...

- Sao con?

- Sao mà mình không có con chicken nữa hả ba?

- Ờ... Ờ... Để hôm nào ba sẽ mua lại nhé.

- Dạ. Ba có khát nước không?

- Chơi nãy giờ mệt và khát nước rồi phải không nè?

- Dạ.

- Thôi được rồi mình đi vô nhà uống nước nha.

- Ba cõng con đi. Chân con mệt quá rồi. Con không *walk* nổi nữa.

Tôi khom lưng xuống để cho cô bé trèo lên lưng và cõng con vào nhà. Cô bé cười và hát:

- *"Nhong Nhong Nhong Cha làm con ngựa, để cho con lên cưỡi trên lưng"* ... À, mà ba đúng là con *horsey*.

Hai cha con cùng nhau cười. Vào nhà, vợ tôi thấy hai cha con cười giòn, nên hỏi:

- Có chuyện gì vui mà cha con cười tươi vậy?

- Bí mật, không cho mẹ biết.

- Chuyện gì vậy con?

- Ba nói ba *will* mua con *chicken*. Nhà mình có *chicken* lại đó mẹ.

- Bộ anh tính nuôi gà lại hả? Em cũng định nói với anh, nuôi cho nó ăn cơm thừa chứ bỏ mang tội quá. Nhưng anh coi làm lại cái chuồng chứ để mấy con *racoon* vô bắt như lần trước thì tội lắm đó nha.

- Ừa. Để mai nay anh đi Lowes mua đồ về làm lại cái chuồng rồi tháng tới mình đi chợ trời mua gà về nuôi.

- Dạ. Thôi cha con rửa tay rồi ăn cơm. Giờ cũng trưa rồi.

Thứ Bảy, tuần đầu của tháng Tư, cả nhà chúng tôi thức dậy sớm để đến trang trại Gilmanor, một trang trại gia súc ở quận Glen Allen, để mua gà về nuôi. Từ nhà đến trang trại hơn ba mươi phút lái xe. Tháng này, Bắc Mỹ đang vào xuân. Dưới đất những cụm hoa Tulips đủ màu sắc đua nhau nở. Trên cành cao vô số hoa Mộc Lan, hoa Anh Đào, hoa Dogwoods, hoa Lê nở rực thơm ngát. Khi xe chúng tôi chạy qua những cánh đồng màu vàng rực những bông hoa Buttercup và hoa Bồ Công Anh rực rỡ trong ánh nắng, cũng là lúc chúng tôi sắp đến trang trại chăn nuôi Gilmanor. Băng qua một con đường nhỏ sỏi đá, chúng tôi đậu xe trên bãi cỏ xanh theo sự chỉ dẫn khi vào cổng trang trại. Đậu xe xong, cả nhà chúng tôi cùng nhau đi dạo khu chợ trời, nơi người ta trao đổi và mua bán các loại gia súc, nông phẩm, hoa quả, chó mèo, các loại chim cảnh như công, trĩ, và bồ câu. Chúng tôi đi dạo các quầy hàng bán gà, qua các hàng bán dê, cừu, bồ câu... Khi đến gần quầy bán chó và mèo. Cô con gái thấy những chú mèo con nằm trong lồng sắt nhỏ đưa đôi mắt nhìn chúng tôi như van xin. Cô bé nắm lấy tay tôi rồi nói:

- Ba nhìn mấy con mèo con này nè. Chúng dễ thương quá...

Nghe vậy, cậu con trai tôi liền nói:

- Levian, em quên rồi sao? Anh Hai và Levian đều dị ứng với lông mèo làm sao nuôi được?

- À há, em quên mất. Nhưng chúng dễ thương quá mà.

- Ừa, hay là mình xin ba mẹ cho mình nuôi con chó đi. Anh thấy bên kia có con chó màu vàng dễ thương lắm. Chịu không?

- Okay, anh Hai. Nhưng, em sợ chó. Sợ nó cắn.

- Không sao đâu. Nó không cắn mình đâu. Levian nói với Ba đi.

- Anh Hai nói đi.

- Em nói đi. Nghe anh Hai nè… Em nói ba không la đâu...

Tôi nghe hai anh em nói chuyện mà thầm cười trong bụng. Lần nào cũng vậy, anh Hai muốn xin cái gì cũng dụ nhỏ em xin trước rồi mới dám xin sau. Cô bé chạy lại bên tôi, nắm lấy tay tôi lắc nhẹ rồi nói:

- Ba ơi...

- Gì vậy?

- Ba, mình mua con *puppy* nuôi nha ba?

- Con hỏi mẹ chưa?

- Ba hỏi mẹ đi.

Nghe vậy, vợ tôi vội nói:

- Thôi không nuôi cho mèo đâu, nuôi hai con đã mệt rồi. (Con trai chúng tôi tuổi con chó và con gái tuổi con mèo). Thêm nữa chắc chết.

Cô bé buồn thiu chạy qua nói với anh trai:

- Ba, Mẹ không có mua anh Hai.

- Anh nghe mà.

Chúng tôi đi ngang qua quầy bán thỏ. Cô bé tiếp tục nài nỉ:

- Ba, Mẹ nhìn coi nó dễ thương quá. Cho con nuôi nha? Anh Hai, nói với ba đi anh...

- Ba coi kìa, em muốn khóc rồi, mình mua cho em vui nha ba?

Tôi nghĩ thầm: "Vườn sau nhà mình cũng rộng và sẵn có cái chuồng trước kia nuôi chim cút mua thỏ về cho con nuôi cũng không sao. Dẫu sao nuôi thỏ cũng ít tốn công hơn nuôi chó hay mèo." Tôi nhìn qua vợ hỏi ý:

- Mình mua cho con nuôi nha em?

- Ba cha con tính sao thì tính. Nhưng nói trước em không lo cho nó đâu nhé.

- Ừa, thì để cho tụi nó lo. Cho chúng nuôi thú cưng, tập cho con tinh thần trách nhiệm cũng hay mà em...

Chúng tôi đến xem quầy bán thỏ, tôi hỏi người chủ bán:

- Cô ơi, chúng tôi muốn mua thỏ.

- Cậu muốn mua mấy con?

Cậu con trai tôi nói:

- Con muốn mua một thằng *boy*.

- Con muốn một *girl*.

Tôi nói với người chủ bán:

- Cô bán cho chúng tôi hai con thỏ, một đực và một cái nhé.

- Cậu chọn con nào?

Cậu con trai lớn chen vào, nói:

- Ba ơi, chọn con màu lông trắng và vàng đi. Nó nhìn đẹp hơn mấy con kia.

- Cô bắt cho tôi hai con này.

- Nhưng hai con này đều là *males* hết đó.

- Vậy một con này và một con màu xám tro bên kia.

Trả tiền xong, chúng tôi trở lại quầy bán gà và mua năm con gà mái tơ về nuôi lấy trứng. Mua xong, chúng tôi lái xe về nhà và thả chúng vào chuồng. Xong, cả nhà chạy đến tiệm Tracker Supplies, nơi bán thức ăn và đồ dùng cho nông trại, mua thức ăn và đồ dùng cho mấy con vật mà chúng tôi mới vừa mua về.

Về đến nhà, hai anh em ở ngoài vườn suốt cả buổi để vuốt ve nâng niu hai con thỏ con. Đứa anh nói:

- Levian, mình phải đặt tên cho nó.

- Anh Hai đặt tên gì?

- Ben, Frank, hay là John được không?

- Em không biết... Anh Hai đặt đi. Em đặt tên con của em là JoeJoe...

- Vậy con *boy* tên là Jelly nha?

- Jelly? *Yeah!* Jelly!

- À, mà JoeJoe nghe giống tên boy lắm. Levian thích coi Peppa Pig, vậy đặt cho nó là Olivia đi.

- Olivia? *Yeah!* Jelly and Olivia.

- Vậy là tụi nó có tên rồi, hay quá! Jelly and Olivia!

Từ hôm có hai con thỏ, sáng nào cô bé cũng dậy sớm ra vườn xem và vuốt ve chúng. Cô bé thích lắm. Nuôi thỏ cũng tương đối dễ và không tốn nhiều thời gian như nuôi những con thú khác. Chúng chỉ cần có đủ thức ăn và nước uống là được. Chúng không cần phải dắt đi chơi như chó, hay dọn dẹp vệ sinh như mèo. Cứ vài tuần, chúng tôi dọn chuồng và dùng phân thỏ để bón cho cây. Mùa hè đến, chúng tôi đi chơi xa vài ngày cũng không cần phải vất vả lo tìm người nuôi giùm. Trước khi đi, chúng tôi bỏ thật nhiều thức ăn của chúng và mua thêm vài bình nước cho chúng uống là được.

Một buổi sáng nọ, khi dọn chuồng thỏ, chúng tôi thấy rất nhiều lông thỏ rụng trong góc chuồng. Nhìn những chùm lông thỏ bay tứ tung, tôi cứ tưởng rằng đêm hôm đàn chồn mắt đen racoon đến quấy phá. Tôi đi quanh và xem lại chuồng thỏ thì không thấy dấu vết gì khác lạ. Nhưng để chắc ăn, tôi mua lưới sắt về đóng thêm một lớp bọc bên ngoài chuồng thỏ. Sau khi rào chuồng thỏ lại, nhưng tôi vẫn thấy lông thỏ rụng thành từng chùm nhiều hơn hôm trước. Tôi vào nhà lên google tìm hiểu về vì sao con thỏ lại rụng lông. Biết được cô thỏ Olivia đang mang bầu. Cô thỏ cái Olivia tự nhổ lông của mình lót tổ để chuẩn bị sinh. Tôi vội đóng cho đôi thỏ một cái ổ để nàng Olivia có chỗ sinh nở.

Tháng Chín, vào năm học mới, hai con trở lại trường và bận rộn với bài vở. Cô bé ít có thời gian ra thăm hai con thỏ và vuốt ve chúng như những tháng hè. Khi cô bé vào lớp, cô bé đem khoe với bạn bè trong lớp rằng cô có hai con thỏ rất dễ thương. Cô bé kể với bạn rằng đôi thỏ rất thích ăn cà rốt. Bạn cô bé nghe vậy, dồn tất cả phần cà rốt của mình cho cô bé đem về cho thỏ ăn thay vì bỏ vào thùng rác. Ngày nào cũng vậy, cô bé cũng đem về vài bịch cà rốt và nhờ tôi đem ra cho hai con thỏ.

Buổi sáng nọ, sau khi đưa hai con đến trường xong, tôi đem những bịch cà rốt mà hôm qua con mang về cho Olivia và Jelly ăn. Tôi nghe trong ổ có tiếng chít chít. Tôi đem ra ngoài nhìn thì thấy một bày thỏ con nằm gọn trong ổ. Có bầy thỏ con, tôi đi chợ mua thêm rau cỏ, bắp cải, và thức ăn dành cho thỏ mẹ. Tôi đọc trên internet nhiều người nuôi thỏ nói, lứa đầu thỏ mẹ thường hay bỏ rơi bầy con nếu chúng không đủ chất dinh dưỡng nuôi con.

Sáng ngày thứ hai, tôi ra vườn xem đàn thỏ thì thấy thỏ mẹ Olivia nằm bất động và cả đàn thỏ con không còn con nào sống xót. Có lẽ thỏ mẹ sinh xong, yếu sức và chết? Hay là thỏ mẹ sinh khó mà chết chăng? Khi tôi phát hiện cả mẹ lẫn con nhà thỏ chết, tôi không dám nói với con gái, sợ nó buồn. Tôi đem mẹ con nhà thỏ chôn cạnh gốc cây hồng sau vườn.

Trưa hôm đó, tôi đón cô bé ở trạm xe buýt về. Vừa vào nhà, cô bé lôi trong cặp ra những bịch cà rốt nhỏ và nói:

- Ba ơi, hôm nay bạn cho con nhiều cà rốt lắm. Ba cho con ra thăm Jelly và Olivia nha?

Tôi chưa biết trả lời con sao vì không muốn nói cho cô bé biết được là Olivia đã chết chỉ còn lại một mình Jelly. Nên tôi nói với con:

- Thôi để hôm nào nhé. Con phải làm bài tập xong rồi còn đi tập bơi nữa, không có thời gian đâu con.

- Dạ, vậy cuối tuần này ba nhé?

- Ờ... Ờ...

Cả ngày hôm đó tôi cứ bồn chồn suy nghĩ mãi làm sao để nói với con về chuyện con thỏ Olivia của bé đã chết. Chiều hôm đó, sau khi đón con ở trường bơi về, tôi giao con lại cho vợ để đi làm. Lúc tôi trở về nhà cũng hơn mười giờ. Thấy vợ còn thức đợi, tôi hỏi vợ:

- Con ngủ hết chưa em?

- Dạ ngủ hết rồi.

- Em nè... Con thỏ cái và đàn thỏ con mới sanh hôm qua chết hết rồi.

- Trời đất? Sao vậy anh?

- Anh không biết. Chắc có lẽ sinh xong nó mất sức hay là sinh khó nên chắc nó chết tối hôm qua.

- Bao nhiêu con con vậy anh?

- Mười hai con.

- Nhiều vậy à? Mà anh có nói cho Levian biết chưa?

- Ừa, nhìn thấy thương lắm. Anh chôn cả mẹ lẫn con cạnh gốc hồng. Anh chưa nói cho bé biết vì không biết nói sao. Nó biết chắc nó khóc lắm...

- Ừa, anh từ từ rồi hãy nói.

- Nhưng hồi chiều này nó đòi ra thăm hai con thỏ, nhưng anh không cho con ra. Con xin anh cuối tuần này cho nó ra sau vườn thăm Olivia và Jelly.

- Hay là anh nói láo với con đi.

- Nói gì bây giờ?

- Thì anh tìm một cớ gì đó nói với nó hay nói nó sổng chuồng chạy mất.

- Ừa chắc phải nói vậy....

Thứ Sáu cuối tuần, sau khi đón con ở trạm xe buýt về, cô bé nhắc tôi:

- Ba ơi, hôm nay con ra thăm Olivia và Jelly được không ba?

- Ờ... Ờ... Ba có chuyện này muốn nói với con, nhưng con hứa là không khóc nhé.

- Dạ.

- Hôm qua Olivia đi mất rồi.

- Tại sao vậy ba?

- Ờ... Ờ... Tại con racoon nó mở cửa chuồng lấy thức ăn của Olivia và Jelly, nên Olivia nhảy ra và đi mất rồi.

Cô bé rưng rưng muốn khóc. Thấy vậy tôi dỗ ngọt con:

- Không sao, mình còn Jelly mà. Mình đem cà rốt ra cho Jelly ăn nhé?

- *Bad racoons*... Mấy con racoon xấu xí làm Olivia của con đi mất. Nhưng sao Jelly không *hop away* vậy ba?

- Chắc là Jelly lớn hơn, nên Jelly biết ở lại. Còn Olivia nhỏ, nên muốn chạy ra ngoài chơi nên lạc đường.

- Olivia *get lost* hả ba?

- Ừa...

- Nó có sao không ba?

- Không sao đâu con. Lông của Olivia màu xám nên không ai thấy nó. Olivia sẽ sống ngoài rừng được.

- Có phải là *adaptation* như con *polar bear* mà hôm cô giáo dạy ở Children Museum không ba? (Cách vài tuần trước tôi theo con đi dã ngoại đến bảo tàng thiếu nhi ở vùng Richmond và người hướng dẫn viên đã dạy cho các em học về sự thích nghi *(adaptation)* của các loài động vật ngoài thiên nhiên. Nên giờ cô bé nghe và nhắc lại).

- Ừa đúng rồi con, *adaptation.*

- Mình đi thăm Jelly nha ba? Con nhớ Jelly rồi.

- Okay con. Mình đi.

Chúng tôi ra vườn sau để cho cô bé cho thỏ ăn. Cô bé cầm trên tay củ cà rốt nhỏ đưa vào miệng chú thỏ Jelly và nói:

- Chị cho em củ cà rốt nè. Olivia *hop away* rồi. Giờ Jelly chỉ có một mình không ai dành ăn với Jelly. Jelly chắc buồn lắm hả?

Nói xong, cô bé quay qua nhìn tôi hỏi:

- Ba dắt con mua thêm Olivia mới khác nhé?

- Không được đâu con. Bây giờ mới tháng mười, không ai bán thỏ đâu. Muốn mua cũng phải chờ mùa xuân mới mua được.

- Mùa xuân là gì ba?

- *Spring* đó.

- Ồ, *birthday* con phải không?

- Ừa...

- Vậy chờ tới *birthday* con luôn hả... Lâu quá à. Con sợ Jelly buồn.

- Không sao đâu con. Ba ra thăm Jelly mỗi ngày, nó không buồn. Jelly có ba, có mẹ, có anh Hai, có Levian nữa, nên Jelly không buồn.

- Dạ. Jelly là big boy rồi. Jelly không buồn đâu.

Sau khi trò chuyện và vuốt ve chú thỏ trắng Jelly một hồi, cô bé bỏ tất cả số cà rốt còn lại vào hộp đựng thức ăn của chú thỏ. Cô bé nắm lấy tay tôi làm nũng. Cô bé nói:

- Ba cõng con nha? Con buồn quá à. Chân con mệt nữa.

Tôi cõng con trên lưng và hai cha con cùng hát...

"Nhong… Nhong… Nhong… Cha làm con ngựa
để cho con lên cưỡi trên lưng
Nhong… Nhong… Nhong… Cha làm con ngựa
để cho con vui thỏa tiếng cười..."

RIC031719

Vườn Hoa Ly

Tôi coi lại máy ảnh, pin, và thẻ nhớ (*memory cards*) rồi bỏ tất cả vào ba lô trước khi đi ngủ. Sáu giờ sáng, tôi thức dậy. Hễ tới giờ này là tôi thức dậy, chắc có lẽ quen mắt. Tôi vừa trở mình, định ngồi dậy, vợ choàng tay qua ôm lấy, hỏi:

- Hôm nay cuối tuần mà anh dậy chi sớm?

- Em quên rồi sao? Hôm nay anh đi chụp hình hoa Ly với nhóm bạn nhiếp ảnh ở vườn nhà ông Matthews mà anh nói với em hôm trước.

Nàng phụng phịu, trề môi, làm mặt giận, trách:

- Cuối tuần mà bỏ vợ con đi miết...

- Thôi mà... Anh đi sớm về sớm rồi cả nhà cùng đi YMCA cho con bơi...

- Giận... Mê hoa còn hơn mê vợ. Thôi đi đâu thì đi, nhưng nhớ kiếm gì đó ăn mới được.

- Okay bà xã...

Tôi vào phòng đánh răng rửa mặt thay quần áo và vác ba lô lên đi. Vợ tôi cũng lục đục ngồi dậy, theo chân tôi xuống tầng trệt. Tôi nói với nàng:

- Sao em không ngủ, dậy làm chi?

- Anh dậy em cũng dậy theo chứ không có hơi ngủ sao được. Với lại cũng quen mắt rồi có nướng thêm chút nữa cũng không chín.

Nàng cười và nói:

- Anh chờ em chút nhé.

Nàng đi đến bếp, mở tủ lạnh lấy bánh mì và trứng làm thức ăn sáng cho tôi. Nàng nướng hai lát bánh mì, chiên cho tôi cái trứng gà ốp la. Nàng dọn lên bàn rồi nói:

- Anh ăn xong rồi mới được đi. Em biết anh mà, một khi mê chụp hình thì nhịn đói cả ngày.

Tôi đến bên nàng, xoa lấy đôi vai, cười nịnh và nói:

- Cám ơn em... Chỉ có em là hiểu anh nhất. Anh đi khoảng trưa rồi về.

Nàng ngồi nhìn tôi ăn sáng như thể thời chúng tôi mới vừa quen nhau. Tôi uống một ngụm nước, đứng dậy, sửa soạn dọn bàn. Nàng nói:

- Anh đi đi để đó tí em dọn. Nhớ về sớm ăn trưa.

Tôi hôn nàng và rời nhà. Vừa mở cửa ga ra, hơi nóng ập vào. Đầu tháng sáu, chỉ mới vào hè, mà trời oi bức. Một cơn gió nhẹ thổi qua mang theo hương hoa hút mật-*honeysucker*- thơm ngát trong ánh nắng ban mai. Tôi đứng lặng vài giây, hít đầy vào buồng phổi mùi hương thơm dịu ấy. Chợt nhận ra không chỉ có hương thơm của hoa hút mật mà có cả mùi ngây ngây ẩm ướt của lớp cỏ vừa mới cắt quyện vào nhau cho tôi cảm giác thật dễ chịu, khoan khoái.

Cuối tuần, đường phố vắng tanh. Tôi thong thả lái xe đến vườn hoa Ly nhà ông Matthews. Ra khỏi xa lộ, dọc hai bên đường, những hàng cây bằng lăng tím, trắng, đỏ, và hồng cánh sen đang trổ hoa. Nhìn những hàng cây bằng lăng, tôi lại nghĩ đến hoa phượng rồi hát vu vơ... *"những chiếc giỏ xe chở đầy hoa phượng, em chở mùa hè của tôi đi đâu..."*

Xe chạy vào con đường nhỏ dẫn đến con hẻm trải sỏi gravel. Tôi ngừng xe lại dưới gốc cây phong già, bên cạnh những chiếc xe khác và tắt máy. Một vài người bạn trong nhóm nhiếp ảnh đã đến trước. Tôi thấy có Rob, Bill, John, Ben, Jen và một vài người lạ mà tôi chưa được biết tên. Chắc có lẽ là thành viên mới trong nhóm nhiếp ảnh vùng Richmond này do Rob giới thiệu. Rob là hội trưởng của hội nhiếp ảnh tài tử vùng Richmond. Công việc chính của Rob là thợ điện cho công ty Michael & Sons. Nhưng từ lúc nghỉ hưu, Rob thành lập hội nhiếp ảnh vùng Richmond để chia sẻ những kinh nghiệm, niềm vui trong nhiếp ảnh, cùng những người yêu thích. Rob yêu nhiếp ảnh và yêu thành phố nhỏ cổ kính này. Rob quen biết rất nhiều người, trong đó có gia đình ông chủ vườn hoa Ly, Danniel Matthews.

Tôi xuống xe, đến bên nhóm bạn và chào mọi người. Thấy tôi đến, Rob chào và giới thiệu những người bạn mới cho chúng tôi quen biết. Giới thiệu xong, Rob nhìn đồng hồ trên tay, nói:

- Chúng ta chờ thêm năm phút nữa rồi cùng nhau đi ra vườn hoa. Tôi nghĩ giờ này chắc Dan đang ở phía sau vườn làm cỏ cho hoa.

Năm phút sau, thêm một vài người bạn trong nhóm nhiếp ảnh đến. Cả nhóm gần mười người với máy ảnh trên tay chuẩn bị cho buổi săn ảnh ở vườn hoa. Chúng tôi đi qua cánh đồng cỏ rồi đến vườn hoa ly. Trước mắt tôi là cánh đồng rộng hơn một mẫu tây trồng hơn năm mươi loại hoa ly đang trong mùa trổ bông. Những màu sắc trắng, hồng, vàng, cam, đỏ thật rực rỡ thẳng tăm tắp theo từng hàng trông đẹp mắt như thể trong tranh. Dưới ánh nắng đầu mùa hạ, hương thơm của hoa ly thơm nồng. Giữa vườn hoa ly, chúng tôi thấy một người làm vườn với mái tóc xoăn dài, bạc trắng có dáng cao to đi đến bên chúng tôi. Khi tới gần, Rob đưa tay giới thiệu:

- Chào mọi người. Đây là ông Dan Matthews, chủ của vườn hoa này. Ông Matthews rất yêu hoa ly và chúng ta rất may mắn được ông cho phép chúng ta chụp hình vườn hoa nhà ông. Các bạn sau khi chụp xong, nhớ gởi hình cho tôi để tôi làm một DVD tặng ông. Và, nếu bạn nào muốn trồng hoa ly, có thể mua một ít về trồng, nhưng không bắt buộc. Chúng ta cố gắng đừng giẫm lên hoa hoặc bẻ chúng nhé. Và đừng quên cám ơn ông Matthews.

Rob nói xong, chúng tôi ai cũng đến bắt tay ông Matthews và rối rít cám ơn ông. Sau đó, mỗi người tìm một góc ảnh đẹp để sáng tác. Sau hơn hai tiếng đồng hồ chụp mọi góc ảnh ở vườn hoa, chúng tôi đến bên góc phong xem ảnh và chia sẻ những tấm ảnh ăn ý nhất cho mọi người cùng coi.

Mười giờ sáng, nắng lên đến đỉnh đầu. Dưới cái nắng oi bức, mồ hôi chảy dài ướt cả mái tóc. Tôi đưa tay lên quệt những giọt mồ hôi trên trán nhỏ xuống mắt cay xè. Ông Matthews từ trong nhà bước ra đến bên chúng tôi hỏi:

- Các bạn *"săn"* được nhiều ảnh đẹp chứ?

Chúng tôi mỉm cười và nói với ông chúng tôi rất cám ơn ông đã cho chúng tôi chụp hình vườn hoa ly. Một vài người trong nhóm hỏi mua hoa ly đem về nhà trồng. Tôi cũng mua vài chậu. Mỗi chậu hoa ly ông bán năm đô la, rẻ hơn phân nửa giá ngoài Lowes hay Home Depot.

Từ hôm đi chụp hình ở vườn hoa nhà ông Matthews, tôi yêu thích hoa ly. Trước sân vườn nhà tôi, tôi phá hết cỏ để trồng những loại hoa ly mà tôi mua từ nhà ông Danniel Matthews. Sau hơn ba năm trồng hoa ly, vườn nhà tôi cũng có gần hai mươi loại hoa ly đủ màu sắc. Mỗi năm, hễ vào đầu tháng Sáu, là tôi lại sửa soạn máy ảnh để đến vườn nhà ông Matthews chụp hoa ly. Mặc dầu nhà tôi cũng có rất nhiều hoa ly nở, nhưng hoa ở nhà người khác bao giờ cũng đẹp hơn. Vì yêu thích hoa ly, chúng tôi nói chuyện rất hợp nhau và có thể nói chúng tôi là bạn của nhau.

Một buổi nọ, ông Mathews mời tôi đến nhà cùng gia đình mừng tiệc cháu nội ông, cô bé Rachel, tốt nghiệp trung học. Tôi giúp ông chụp hình sinh hoạt của gia đình trong buổi tiệc cũng như chụp hình cô bé Rachael trong bộ áo choàng và mão tốt nghiệp ở trước sân nhà cũng như bên vườn hoa ly. Trong buổi tiệc đó, một người bạn của Rachael hỏi ông Matthews vì sao ông trồng rất nhiều hoa ly trong vườn mà không phải là những loài hoa khác, như hoa hồng chẳng hạn? Nghe câu hỏi của cô gái trẻ, mọi người vỗ tay khích lệ ông kể về chuyện vì sao ông yêu thích hoa ly. Ông nhìn qua một người phụ nữ Á Đông (người phụ nữ Á Đông duy nhất). Bà có dáng người phốp pháp nhưng thấp độ chừng dưới vai ông Matthews. Bà có mái tóc bạc trắng, trên khuôn mặt nhiều nếp nhăn. Nhìn những nếp nhăn và mái tóc bạc trắng, tôi đoán độ chừng bảy tám mươi tuổi. Bà Matthews gật đầu mỉm cười nhìn ông. Ông Matthews nheo mắt tình tứ cười đáp lễ rồi chậm rãi kể:

- Cám ơn cô bé Angie đã hỏi ông vì sao trong vườn nhà trồng toàn hoa ly. Lúc đầu tôi trồng hoa ly vì để tặng một người vì người đó rất yêu hoa ly, đó là Elsie, người vợ của tôi.

Ông nói xong, đưa mắt nhìn vợ của mình; người đang đứng cách xa ông vài hàng ghế. Bà chăm chú nhìn ông. Ông mỉm cười nhìn bà rồi tiếp câu chuyện của mình.

- Nhưng từ khi trồng hoa ly, tôi lại yêu thích chúng. Hoa ly rất dễ trồng, không cần phải chăm sóc nhiều và hơn hết sau mùa đông qua hoa ly lại sống dậy mạnh mẽ hơn năm trước. Hoa ly trổ bông thơm ngát. Tôi rất thích mỗi buổi sáng, khi trời còn đọng hơi sương, ngửi mùi hương thơm ngọt ngào của hoa và sau đó cắt vào nhà những bông hoa vừa chớm nở để tặng người tôi yêu. Cảm giác đó thật tuyệt vời.

Một người phụ nữ trẻ lên tiếng:

- Bố ơi, vậy làm sao bố biết mẹ thích hoa ly mà bố trồng nhiều vậy để tặng mẹ? Con có nghe Donald kể sơ qua lúc hai người gặp nhau, nhưng con muốn nghe bố kể lại từ miệng bố kìa.

Một tràn pháo tay, những tiếng huýt gió, như khích lệ ông kể về câu chuyện của hai người. Ông Dan Matthews nhìn vợ rồi hỏi:

- Anh có thể kể phải không em, Elsie?

Bà Matthews gật đầu đồng ý. Ông kể:

- Năm đó, lúc tôi vừa mới ra trường và làm cho công ty Phillips Morris được vài năm thì mẹ tôi bị tai nạn giao thông. Mẹ tôi được xe cứu thương chở đến bệnh viện MCV. Và, Elsie là y tá săn sóc giúp mẹ tôi. Sau vài tuần nuôi mẹ trong bệnh viện, chúng tôi quen nhau, hẹn hò rồi thì yêu nhau. Mẹ tôi thích hoa, nên mỗi lần thăm bà tôi đều mua một bình hoa đến tặng mẹ. Có một lần tiệm hoa mà tôi thường mua đóng cửa, nên tôi chạy đến Costco mua một bó hoa hồng tặng mẹ mà quên mua bình cắm hoa. Lúc vô bệnh viện thăm mẹ, tôi mới ngớ người ra là mình quên mang theo bình cắm hoa. Thấy vậy, Elsie về phòng của y tá đem qua một cái bình, bên trong có một cành hoa ly. Cô ấy hỏi mẹ tôi rằng cô có thể cắm chung những đóa hoa hồng trong bình có nhánh hoa ly được không? Cô ấy giải thích rằng cô không muốn vứt bỏ cành hoa ly mà mình vừa hái trước vườn ở nhà bố mẹ lúc sáng. Dĩ nhiên là mẹ tôi đồng ý vì bà cũng rất thích hoa và không nở vứt bỏ đi một nhánh hoa đang khoe sắc. Kể từ đó tôi mới biết là nàng yêu thích hoa ly. Lúc chúng tôi cưới nhau cũng vào đầu mùa hè, khi hoa ly nở rộ, chúng tôi trang trí lễ cưới toàn dùng hoa ly là chính. Sau khi cưới Elsie, mỗi dịp cuối tuần tôi đều đến nursery tìm mua hoa ly về trồng. Hồi đó nhà chúng tôi ở gần Riverside, nhưng sau này con cái lớn hết, đi học xa nhà, nên chúng tôi mới bán đi và mua căn nhà này với mảnh vườn rộng lớn để trồng hoa ly cho thoả thích. Nghĩ lại mới đây mà chúng tôi đã ở căn nhà này cũng gần hai mươi năm rồi.

Nghe ông Matthews kể về chuyện tình của ông và vợ, mọi người ai cũng cảm động về sự yêu thương của hai người. Sau buổi tiệc ra trường của cháu nội ông Matthews, tôi về nhà làm album ảnh để tặng cho gia đình ông. Hôm tôi đến nhà ông bà Matthews để trao hình, ông bà mời tôi ở lại dùng cơm tối. Trong buổi cơm tối, bà làm món *Pancit canton*, một loại bún xào trộn với thịt gà, hành lá, cà rốt giống kiểu mì của người Trung Hoa và món *Adobo* gồm có thịt heo thịt gà được hầm chín với dầu, giấm, tỏi, tiêu, nước tương sau đó chiên sơ qua để thêm độ giòn của những miếng thịt. Bà biết tôi làm việc ở trường đại học Virginia Commonwealth và là người gốc Á, bà hỏi quê quán của tôi. Khi biết tôi là người Việt, bà kể cho tôi nghe chuyện ngày trước khi quen và cưới ông Danniel Matthews. Bà Elise Matthews là người gốc Phi Luật Tân. Trước khi định cư ở Hoa Kỳ bà là bác sĩ thực tập ở Manila. Ba, mẹ bà là y tá. Cả gia đình ba người cùng làm việc chung ở một bệnh viện. Ba, mẹ bà khuyến khích con gái nộp đơn đi du học ở nước Mỹ. Bà nghe lời ba mẹ nộp đơn xin vào trường đại học Virginia Commonwealth. Sau khi được nhận vào trường y dự tính thi lấy bằng hành nghề, bà xin làm việc bán thời gian ở bệnh viện và đã gặp ông Matthews rồi họ cưới nhau. Việc học của bà vì thế mà gián đoạn. Bà nói với tôi, thật ra bác sĩ hay y tá gì cũng là giúp cho bệnh nhân lúc họ cần mình nhất. Bà không hối hận khi quyết định lấy ông Danniel Matthews mà không theo tiếp ngành y. Bà nói khi lấy ông ấy bà cũng đã gần ba mươi tuổi và bà hơn ông ấy gần mười tuổi. "Ở cái tuổi ấy có người yêu mình hết lòng, không chê mình lùn, xấu xí là Chúa đã thương. Tôi thấy mình hạnh phúc lắm khi cùng Dan thành vợ chồng gần năm mươi năm nay. Trong cuộc đời mỗi người, ta gặp gỡ rất nhiều người khác nhau. Có người hỏi bạn làm nghề gì, kiếm được bao nhiêu tiền một năm, hoặc mua căn nhà này bao nhiêu, có người hỏi bạn đã có vợ hay chồng chưa?... Nhưng chỉ chỉ có một người thật sự yêu thương bạn, mới hỏi bạn một câu… bạn có đang hạnh phúc không? Và đó là người mà tôi chọn gắng bó cuộc đời này."

Sau buổi cơm tối, tôi chia tay tạm biệt cùng hai vợ chồng ông bà Matthews. Trên đường về, tôi chợt nghĩ, không biết mai mốt về già rồi tôi và vợ có giống như ông bà không? Mỗi sáng tôi đều hái hoa tặng vợ như ông tặng cho bà? Hoặc bà lo chăm chút cho ông từng bữa cơm? Đôi khi hạnh phúc là những việc rất tầm thường, nhỏ nhoi. Và hạnh phúc đó được cùng người mình yêu thương chia sẻ với nhau đến cuối cuộc đời.

Vẫn Còn Có Người Tốt

Buổi sáng Chủ Nhật tôi đến chùa Huệ Quang làm công quả. Tôi giúp chùa trồng những chậu hoa hồng Knockout mà các Phật tử mua về để trang trí trong ngày lễ Phật Đản đã bỏ thành đống ở một góc sau chùa. Trồng những gốc hoa hồng trước cổng chùa vừa xong, tôi dọn dẹp cuốc xẻng đem vào nhà kho. Đi ngang qua lối mòn sau chánh điện, tôi nghe tiếng có người gọi:

- Hey... Hey... You... You...

Người gọi tôi là một người đàn ông da trắng độ chừng năm mươi tuổi. Đầu tóc rối bù, quăn và dài. Râu ria lởm chởm. Quần áo nhếch nhác dính đầy những vết sơn. Ông mang đôi dép mòn đi tới bên tôi rồi nói:

- Chào ông bạn. Mai nay tôi phải lái xe đến Hopewell để đi làm, nhưng xe của tôi hết xăng. Tôi không có tiền đổ xăng để đi làm. Nãy giờ tôi xin những người quanh đây được vài đồng. Ông bạn có thể cho tôi một ít tiền không?

Tôi đưa mắt nhìn người đàn ông. Nhìn những cậu trẻ đang nghỉ ngơi sau khi giúp chùa làm công quả. Thấy tôi chần chừ, cậu Bảo, một Phật tử trong nhóm người giúp chùa làm công, tưởng tôi không hiểu tiếng Anh giải thích:

- Ông ta xin tiền đó Chú. Chú có tiền lẻ cho ông ta vài đồng. Có thì cho còn không thì thôi. Chúng cháu mới cho vài đồng, nhưng ông ta còn xin thêm.

- Cám ơn cậu.

Tôi quay qua người đàn ông xin tiền, nói:

- Tôi không có tiền trong người. Nhưng ông bạn muốn đổ xăng để đi làm thì chờ tôi chút. Xe tôi đậu bên sau chùa cũng gần hết xăng, tôi sẽ giúp ông.

Tôi đem cất cuốc xẻng vào nhà kho. Rồi tôi đi vào nhà bếp, phía sau chùa, để tìm vợ tôi. Tôi vào bếp, nói với vợ:

- Bà à, xe gần hết xăng, tui đi đổ xăng nhé. Bà có đói thì ăn cơm cùng với các Phật tử khác, đừng chờ tui.

- Gần tới giờ cơm trưa rồi. Ăn xong rồi đi cũng được.

- Thôi được rồi. Tui chưa đói. Bà có đói thì ăn trước. Tui đi chút xíu rồi về.

Nói chưa dứt câu, tôi chạy vội ra xe. Người đàn ông khi nãy đang trong xe đợi. Tôi nói với ông ta:

- Gần đây có một cây xăng. Ông chạy theo sau xe tôi tới trạm đổ xăng tôi sẽ giúp ông.

Tôi lên xe và rồ máy chạy đến một trạm đổ xăng gần chùa. Tắt máy xe, tôi đến cây xăng đút thẻ tín dụng vào, bấm số, rồi nói với người đàn ông:

- Tôi đã trả tiền rồi. Ông tự đổ xăng vào bình đi nhé.

- Cám ơn người anh em. Chúa sẽ phù hộ cho anh. Tôi có thể đổ đầy bình được không?

- Vâng, ông cứ đổ đi.

- Tôi dùng xăng 93 được chứ?

- Ờ... Cũng được.

Nhìn chiếc xe bán tải hiệu Ford cũ mèm vậy mà ông lại đổ xăng 93, tôi lấy làm lạ. Nghĩ bụng "xe mình cũng còn mới hơn xe của ông ta, nhưng hồi nào giờ chỉ dùng xăng 87. Vậy mà ông ta lại đổ xăng 93."

Để cho người đàn ông tự bơm xăng. Tôi trở lại xe của mình để đổ xăng. Trong lúc chờ cho xăng đầy bình, ông ta đến bên tôi. Ông nói:

- Cám ơn người anh em nhé. Mà ông anh còn đi làm hay đã về hưu?

- Tôi đã về hưu được vài năm. Còn ông? Khi nãy ông nói ông đi Hopewell làm việc ngày mai. Mà ông làm gì?

- Tôi là thợ sơn.

- Thợ sơn à? Sơn trong nhà hay bên ngoài?

- Tôi sơn tất cả. Nhưng lúc này việc làm khó khăn. Nên lúc có lúc không.

- Ông có business card gì không? Nếu tôi biết ai cần thợ sơn, tôi sẽ giới thiệu giùm ông.

- Không, tôi không có. Nhưng ông anh chờ tôi chút, để tôi viết cho. Khi nào ông anh cần tôi sơn nhà hay biết ai, làm ơn giúp giùm tôi nhé.

- Vâng.

Ông trở vô trong xe, lấy quyển tập giấy học trò và cây bút viết tên và số điện thoại. Trong lúc chờ ông viết, tôi đưa mắt nhìn vào bên trong. Bên trong xe khá bề bộn những hộp giấy đựng thức ăn, vỏ lon, chai nước, nằm ngổn ngang dưới sàn xe. Ông viết xong, xé một nửa tờ giấy, ra khỏi xe và đưa cho tôi. Cầm tờ giấy trên tay với nét chữ nguệch ngoạc. Tôi đọc:

- Gabriel Jacobs. Painter. (804) XXX-XXXX......

- Vâng! Gabriel, tên tôi. Còn tên ông anh?

- Pete Nguyen.

- Xăng đã đầy bình. Cám ơn ông anh Pete Nguyen nhé. Chúa sẽ phù hộ cho ông anh. Chào tạm biệt ông anh.

Tôi cầm tờ giấy có tên và số điện thoại của ông Jacobs bỏ vào hộc xe rồi chạy về lại chùa. Đậu xe ở bãi sau nhà chùa, tôi đi vào phòng sinh hoạt, sau chánh điện, để dùng cơm trưa. Cậu trai trẻ khi nãy thấy tôi trở vào, cậu hỏi:

- Chú đổ xăng cho ông ta rồi hả? Hết bao nhiêu vậy chú?

- Hơn năm mươi đô.

- Trời hơn năm mươi đô luôn hả. Nhiều vậy.

- Ừa, coi như làm phước. Giúp người ta có công ăn việc làm mình cũng vui đó mà.

- Chú tốt quá.

Chúng tôi đang nói chuyện thì vợ tôi từ trong bếp đi ra hỏi:

- Ông đi đổ xăng về rồi hả? Thôi đi rửa tay, ăn cơm rồi chở tui dìa. Tranh thủ dìa sớm để tui ngâm bột đổ bánh bèo tuần tới thằng Hai chở mấy đứa cháu xuống chơi có mà ăn.

- Ừa. Tui đi vô restroom rửa tay ăn cơm rồi chở bà dìa.

Ăn cơm trưa ở chùa xong, tôi lái xe chở vợ về nhà. Vừa về đến nhà, vợ tôi đi một mạch vô trong phòng, đóng cửa lại nghe rõ tiếng rầm. Tôi lắc đầu rồi bỏ ra sau vườn làm cỏ cho đám rau. Làm cỏ đến xế chiều, tôi trở vô nhà rửa tay để chuẩn bị ăn cơm. Vừa bước vô nhà, tôi thấy mặt vợ tôi hầm hầm. Tôi hỏi vợ:

- Bà hôm nay sao là lạ. Bộ bà có chuyện gì hả? Từ lúc ở trện chùa về tui thấy mặt bà hầm hầm. Ai chọc bà giận?

- Thì ông chứ ai.

- Tui à? Mà tui làm gì mà bà giận?

- Tui nghe thằng Bảo nói lúc nãy ông đi đổ xăng ông đổ luôn cho ông già nào đó.

- Ừa thì tui thấy người ta cần giúp, nên giúp họ làm phước thôi có gì mà bà giận.

- Tui giận là giận cái tánh của ông kìa. Lần nào cũng bị người ta gạt mà cứ đưa đầu đưa cổ cho người ta gạt.

- Thôi đi bà ơi ai mà gạt được tui.

- Không gạt mà ông đổ xăng cho người ta tới năm mấy đồng.

- Thì tui nói với bà rồi. Làm phước thì được phước báo.

- Tại sao ông không cho người ta vài đồng cho phức, bày đặt giúp người ta đổ xăng hơn năm chục bạc. Bộ mình giàu lắm sao? Tiền hưu của hai vợ chồng một tháng có một ngàn mốt. Tháng nào hết tháng đó đâu có dư bao nhiêu mà cho người ta tới năm chục. Cái mũ có mười đô ông cũng không dám mua để đội vậy mà đổ xăng cho người ta hơn năm chục biểu sao tui không giận chứ.

- Thôi mà, coi như làm phước đi. Mà mình có cho họ năm chục mình cũng đâu có thiếu thốn gì.

- Tui tức vì ông dễ bị người ta dụ. Bộ ông không nhớ lần trước sao? Lần trước không có tui ông cũng móc bóp cho tiền người ta. Cái bà già đó xin tiền đổ xăng mà người nồng nặc mùi rượu, vậy mà ông còn định cho. Tui thấy ông móc bóp ra mới hỏi bả là xe ở đâu để tui chạy lại đổ xăng cho thì bả bỏ đi thiệt nhanh như ma đuổi. Ông không nhớ sao?

- Thì tui đâu có cho tiền người ta. Tui đổ xăng xe mình rồi tiện đổ cho người ta luôn chứ đâu cho tiền.

- Nói chuyện với ông mệt quá. Người ta chỉ cho một vài đồng. Ông đổ cho luôn hơn năm chục bạc. Giàu quá mà.... Để coi... được một lần, họ sẽ tới lần nữa cho mà coi. Lúc đó tui coi ông bị họ gạt ra sao.

Nghe vợ cứ càm ràm chuyện tiền bạc. Tôi bực mình la lớn:

- Thôi đủ rồi. Tiền... Tiền... Cho có năm chục bạc mà bà cứ hoạnh hoẹ tui mệt quá. Đã lỡ cho rồi thì thôi.

- Không phải tui tiếc năm chục, nhưng ông cho không đúng người. Ông cho một lần rồi người ta ăn quen cứ lại chùa xin miếc người ta nói mình chết. Lần trước ông đổ xăng cho con bé mất bóp ở tiệm 7Eleven tui đâu có nói ông tiếng nào. Vì con bé nó mất bóp thiệt nó cần tiền đổ xăng để về nhà. Còn cái ông già đó ở đâu không biết chạy tới chùa xin tiền đổ xăng. Hỏi có vô duyên vô cớ không chứ...

- Thì tui nói với bà rồi. Ông già đó ổng cũng cần mình giúp ổng để ổng đi làm kiếm tiền chứ có lừa gạt gì đâu.

- Thôi tiền của ông ông muốn làm gì thì làm. Người gì kỳ cục. Một chai nước ngọt có một đồng mấy cũng không dám mua uống mà cho hơn năm chục không thấy tiếc. Tui hết biết đường với ông luôn. Tui dọn cơm cho ông rồi đó. Ông tự ăn đi. Tui đi vô phòng. Ở đây thấy mặt ông dễ gây lộn.

Bà vợ tôi nói một hồi rồi bỏ vô phòng dành cho khách, đóng cửa lại. Tôi ngồi ăn cơm một mình. Ăn cơm xong, tôi dọn dẹp, rửa chén, rồi cũng vô phòng ngủ chép kinh Phật. Từ lúc về hưu cho đến nay ngoài những lúc trồng hoa, rau, củ ở ngoài vườn ra, tôi lên chùa làm công quả và chép kinh Phật. Cuộc sống của hai vợ chồng già tạm ổn và bình yên nhờ thằng con trai mua cho căn nhà nhỏ hai phòng ngủ ở ngoại ô này sống qua ngày qua tháng. Tiền hưu trí của hai vợ chồng già đủ trả tiền ăn uống, bill bộng, và chi tiêu lặt vặt. Tiện tặn còn dư chút đỉnh gởi cho bà con bên Việt Nam hoặc cúng dường cho chùa. Tôi thấy cuộc sống như vậy cũng đủ, nên không thích bon chen đây đó. Lâu lâu con cái ghé thăm cũng hạnh phúc lắm. Nghĩ đến đó, tôi qua phòng bên, gõ cửa gọi vợ:

- Bà ơi... Về phòng ngủ chứ ở bên này làm gì?

- Ông đi ngủ đi. Tui ở bên đây coi phim...

Tôi im lặng trở về phòng và tiếp tục chép kinh cho đến khuya. Lúc buồn ngủ thì leo lên giường ngủ một giấc cho tới sáng.

Cuối tuần, thằng con trai chở con dâu và mấy đứa cháu nội xuống thăm hai vợ chồng già. Bà xã tôi còn giận chuyện tôi cho tiền ông Jacobs đổ xăng, nên theo con trai qua nhà nó ở, để tôi ở nhà cả tuần lễ.

Không có vợ ở nhà, tôi cũng lười đến chùa một mình. Tôi ở nhà chăm sóc cây cỏ, chép kinh kệ, tự nấu ăn.

Hơn một tuần thì vợ tôi mới nguôi giận và trở về nhà. Sau khi con trai tôi chở mẹ về nhà, nó đi rồi tôi mới gọi vợ lại nói:

- Bà ơi, mấy tuần rồi mình không đến chùa. Thôi bà nghỉ ngơi chút rồi tui chở bà qua chùa. Lâu không qua tui thấy nhớ. Bà có nhớ không?

- Tui cũng nhớ. Thôi để tui thay đồ rồi hai vợ chồng cùng đi.

Tôi lái xe chở vợ đến chùa. Vừa đậu xe ở bãi sau xong, hai vợ chồng chúng tôi lên chánh điện lạy Phật. Xong, chúng tôi xuống phòng sinh hoạt bên sau chùa để gặp những người bạn già trong chùa. Vừa gặp chúng tôi, cậu Bảo liền nói:

- Chào chú. Mấy tuần nay chú không đến chùa. Cái ông hôm trước chú đổ xăng cho cứ tới tìm chú miếc.

- Đó tui nói không xai mà. Chắc ông ta ăn quen rồi...

- Dạ con nghĩ chắc ông ta không tới xin nữa đâu cô. Con thấy ổng ăn mặc sang trọng và lái chiếc xe mới lắm chứ không có xe cà tàng như hôm nọ.

- Bà lúc nào cũng vậy. Từ từ, biết đâu ông ta tới trả ơn cho tui thì sao?

- Ờ.... Ở đó mà trả ơn. Ông đang mơ? Mơ ổng trúng số rồi tới trả ơn cho ông chắc.

- Mệt bà quá. Không nói chuyện với bà nữa. Để tui ra coi hàng bông hồng hôm nọ tui trồng giúp chùa ra sao còn hay hơn.

- Ông đi đâu thì đi đi chứ mệt khoẻ gì...

Tôi bỏ bà vợ ở đó. Đi dạo quanh sân chùa. Những khóm hoa hồng đỏ tôi trồng mấy tuần trước héo khô nằm ngổn ngang ở một góc sau chùa. Ấy vậy mà hôm nay đã tươi tốt lên hẳn. Những bông hoa hồng đỏ rực đang mỉm cười trong nắng gió. Mùi thơm của hoa hồng dìu dịu cho tôi một cảm giác thật dễ chịu và khoan khoái. Tôi hít sâu vào buồng phổi hương thơm của những đóa hoa đang khoe sắc. Đang đi dạo quanh chùa và hít thở không khí trong lành thì cậu Bảo dẫn một người đàn ông đến. Nhìn ông tôi ngờ ngợ. Ông ta đến bên tôi, ôm chầm lấy tôi, hỏi:

- Mr. Pete Nguyen, người anh em. Anh nhớ tôi chứ?

- Mr. Jacobs? Ông nhìn lạ quá. Chỉ mới ba tuần lễ...

- Vâng. Ba tuần. Ba tuần nay, Chủ Nhật nào tôi cũng đến nơi đây tìm người anh em đã giúp tôi. Người ân nhân của tôi...

- À... Ông.... Ông Jacobs tìm tôi có việc gì sao?

- Ồ... Không. Tôi tìm người anh em để cám ơn ông anh đã giúp tôi đổ bình xăng hôm nọ. Nhờ bình xăng đó tôi lái xe đến thị trấn Hopewell làm việc. Sau khi sơn nhà xong, tôi nhận được một trăm rưỡi. Tôi ghé vào cây xăng trên đó mua kết bia, gói thuốc và mua mười đồng vé số Mega Millions. Kết quả là tôi trúng được một triệu. Tôi đến để cám ơn người anh em và tặng Mr. Pete Nguyen món quà.

- Ồ! Tuyệt vời... Chúc mừng ông nhé ông Gabriel Jacobs. Cám ơn ơn ông còn nhớ đến tôi. Nhưng nếu ông muốn tặng, ông có thể tặng cho chùa được không?

- Vâng, tất nhiên. Tôi trích ra một phần để dành cho người anh em đã giúp tôi. Số tiền đó thuộc về người anh em này. Ông muốn làm gì thì tôi sẽ làm theo ý của ông anh thôi.

- Cám ơn ông Gabriel Jacobs. Phật sẽ phù hộ cho ông.

Ông Jacobs đưa cho tôi một phong bì, tôi nghĩ bên trong chắc là tiền mặt. Tôi cầm số tiền đó đi vào chánh điện và bỏ vào thùng phước sương của chùa. Xong, tôi trở lại phía sau hội trường tìm vợ và gọi vợ về nhà. Thấy tôi tủm tỉm cười, vợ tôi hỏi:

- Hôm nay ông có việc gì mà cứ tủm tỉm cười miết vậy?

- Thì có chuyện vui mới cười.

- À cái ông xin tiền đổ xăng hôm nọ tìm ông làm gì vậy? Có xin thêm tiền của ông không?

- Bà này... Bà nói y như thầy bói. Ổng trúng số Mega nên đem tiền tới trả ơn cho tui.

- Trúng số? Ông giỡn hả?

- Không tui nói thiệt. Hôm Chủ Nhật đó, sau khi tui đổ xăng giúp ổng. Thứ Hai ổng đến thị trấn Hopewell sơn nhà cho người ta. Nhận tiền công xong ổng mua tờ vé số Mega trúng lãnh được mấy trăm ngàn, nên mấy tuần nay ổng đến chùa tìm tôi để đền ơn, nhưng mình không đến chùa hai tuần Chủ Nhật rồi. Hôm nay gặp tui ổng đưa cho tui bì thơ dày cộm. Tui nghĩ chắc là tiền.

- Rồi bì thơ đâu?

- Tui đem cúng chùa rồi.

- Trời! Rồi ông có mở ra coi bao nhiêu không?

- Mở ra chi? Mình làm phước thì đâu cần báo đáp phải không bà?

- Thì ít nhứt ông cũng mở ra coi họ cho bao nhiêu chứ?

- Thôi... Coi như mình cúng chùa làm phước cho con cháu. Mình ở hiền thì gặp lành thôi phải không bà?

- Ừa đành vậy.... Nhưng....

- Thôi không nói chuyện đó nữa. Tối nay bà đừng ngủ bên phòng khách nữa nhé?

- Ừa... Tui cũng nhớ hơi ngủ không được...

Hai vợ chồng tủm tỉm cười từ đoạn đường từ chùa về nhà. Trời trong xanh. Lòng thanh thản. Đôi lúc có những niềm vui nho nhỏ theo ta đến suốt đời.

Bên Bờ Vực

Sáng nay, Hoàng mơ màng thức giấc và ngửi được mùi bánh nướng bay lên từ nhà bếp. Vẫn còn trong cơn ngái ngủ, Hoàng dụi mắt, vươn vai ngồi dậy. Mùi bánh nướng thơm lừng vẫn còn quanh đây. Hơn mười năm rồi, Hoàng mới tìm lại được mùi thơm của bánh pâté chaud lan toả khắp nhà. Hồi đó, mỗi sáng thứ bảy, lúc gia đình Hoàng còn ở căn nhà townhouse cùng hai con, cả nhà thường được đánh thức bởi mùi bánh nướng thơm lừng của Hoa. Những cái bánh pâté chaud giòn rụm, dậy mùi thơm từ thịt, nấm hương, mộc nhĩ, bún tàu, hành ngò, đậu, được ướp hợp khẩu vị, rồi mùi tiêu cay cay hòa lẫn vào khiến cho cả nhà mê mẩn. Nhưng hơn mười năm nay mùi bánh nướng không còn nữa kể từ ngày

Hoa mua lại một tiệm làm móng ở một khu thương xá sầm uất, đông người qua lại. Bây giờ chỉ cần nhắm mắt, cái mùi bánh nướng đó đã trở thành mùi của ký ức, của hạnh phúc đầm ấm sum vầy bên Hoa cùng hai con.

Hoàng bước xuống giường, định đi xuống nhà bếp tìm xem ai đã nướng bánh? Vì vào giờ này, Hoa đã bận bịu ở ngoài tiệm làm móng. Lúc đi ngang qua phòng Hoa, chàng ghé mắt nhìn xem. Bên trong, giường gối ngăn nắp, sạch sẽ chứ không như thường ngày drap giường xốc xếch, quần áo bừa bộn, đồ lót và vớ ném tứ tung trong phòng. Hoàng đi qua hành lang dài, xuống cầu thang rộng, mới tới nhà bếp. Đây là căn biệt thự với bảy phòng ngủ mà hai vợ chồng Hoàng đã mua cách đây năm năm. Nhà rộng, nhiều phòng nhưng chỉ có bốn người nên trống trải, mênh mông. Khi dọn qua ngôi biệt thự này, từ căn nhà townhouse hai phòng ngủ, không lâu thì Hoàng đã không ở chung phòng cùng vợ. Hoàng không thể chịu được mùi hôi nồng của nước sơn bám vào người vợ. Lúc mới dọn về, thời gian đầu, Hoa còn siêng tắm rửa khi nghe Hoàng cằn nhằn vì mùi nước sơn và bụi bột làm móng. Nhưng có lẽ công việc bận rộn ở tiệm, cả ngày mệt mỏi, nên Hoa không còn hơi sức để tắm rửa sau khi đi làm từ tiệm về. Hoàng dọn ra ngủ riêng ở căn phòng cuối hành lang, tránh cái mùi oi nồng của nước sơn làm móng.

Đến nhà bếp, Hoàng nhìn thấy vợ đang nhồi bột. Nghe động, Hoa dừng tay và nhìn lên cầu thang, nơi Hoàng đang đi xuống. Nàng cất tiếng hỏi:

- Sao anh không ngủ thêm?

- Ờ... Ờ... Em... Em sao còn ở nhà, hôm nay nghỉ hả?

- Anh quên rồi sao, cả tiểu bang được lệnh đóng cửa ở nhà vì dịch bệnh Corona virus...

Hoàng biết chứ, vì ngày nào tin tức về vi khuẩn Corona đang hoành hành tràn lan trên mạng lưới internet, trên mạng xã hội facebook, trên toàn nước Mỹ. Cách đây mấy ngày, tổng thống Hoa Kỳ, Donald J. Trump đã ban lệnh cho tất cả mọi tiệm tùng đều đóng cửa trừ những tiệm bán thức ăn, xăng dầu, và những nhu yếu phẩm cần thiết. Nhưng Hoàng cũng hơi bất ngờ khi thấy vợ ở nhà. Vì lâu rồi, nhất là từ khi gia đình chàng mua căn biệt thự này, thời gian Hoa ở nhà còn khan hiếm hơn. Nhiều lúc, mấy tháng ròng, chàng cũng không gặp vợ, dù chỉ thoáng qua. Hoàng ngập ngừng trả lời vợ:

- À.... Anh nhớ rồi, vi trùng Wuhan, nên tiệm đóng cửa. Em đang nướng bánh pâté chaud à?

- Dạ. Đã lâu lắm rồi mới làm bánh, không biết có còn ngon như xưa không?

Hoàng đi lại gần vợ, nhìn Hoa từ đầu đến chân. Hôm nay, Hoa mặc chiếc áo ngủ màu hồng nhạt, điểm thêm những cánh hoa rất xinh. Vài sợi tóc lòa xòa che phủ đôi mắt nàng. Đôi mắt mà chàng đam mê từ thuở lúc còn làm sinh viên. Ngoài đôi mắt ra, mọi thứ trên khuôn mặt nàng giờ đã thay đổi rất nhiều. Làn da xạm đen, khô, và có thêm vài đốt đồi mồi trên khuôn mặt. Khoé mắt nàng có thêm những vết nhăn, mệt mỏi. Hơn mười năm rồi, hôm nay, Hoàng mới nhìn vợ gần và kỹ đến vậy. Hoàng đi đến bên vợ, âu yếm, nịnh nàng:

- Bánh em làm lúc nào cũng ngon hết. Ba cha con anh đã lâu lắm rồi không được ăn bánh em làm. Hay những món ăn mà em thường nấu khi chúng ta còn ở nhà townhouse.

Nghe Hoàng nói, Hoa giật mình. Đã lâu lắm rồi nàng chưa vào bếp nấu ăn. Sau khi mua được căn tiệm làm móng, nàng nghĩ rằng mình sẽ dành thời gian cho chồng, với con nhiều hơn khi còn làm thợ cho người ta. Nhưng, công việc ở tiệm luôn bận rộn và thợ luôn tranh giành khách khiến nàng luôn phải có mặt để giải quyết. Và hơn hết, vì đam mê kiếm thêm tiền, nên nàng tiếc của mỗi lần nghỉ ở nhà, bên chồng con. Nàng đi làm bảy ngày một tuần từ mười giờ sáng đến mười giờ đêm. Mọi việc trong nhà nàng giao hết cho Hoàng. Thời gian đầu, Hoàng còn khuyên vợ nghỉ một hai ngày để lấy sức và lo cho gia đình, nhưng nàng cứ hẹn lần hẹn lửa và viện cớ kiếm thêm tiền để mai mốt cho hai con đi học khỏi phải vay mượn. Khuyên vợ không được, nên Hoàng đành buông xuôi.

Mỗi ngày Hoàng đi làm ở hãng Philip Morris, một hãng sản xuất thuốc lá ở thành phố Richmond, từ bảy giờ sáng đến bốn giờ chiều rồi chàng đón con từ YMCA về rồi lo cơm nước cho chúng. YMCA là một hội đoàn trên thế giới có trụ sở ở Geneva, Thụy Sĩ với hơn 64 triệu thành viên trên 120 nước. Nơi đây có nhiều chương trình thể thao, trí tuệ, và tâm linh cho mọi lứa tuổi, nhất là những trẻ em còn đi học. Hoàng gởi hai con vào đây từ khi chúng bắt đầu đi học. Buổi sáng trước khi đi làm, chàng bỏ hai con ở YMCA rồi vội lái xe đến sở. Chiều rước chúng về và lo cho chúng ăn. Sau khi đón con về, ba cha con Hoàng thường ghé vào mua thức ăn nhanh từ các tiệm gần nhà. Lúc thì ăn ở tiệm McDonnald, khi thì ở tiệm Pizza Hut, Burger King, Chicken Popeyes.... hoặc mì gói, hoặc hâm nóng thức ăn từ tủ đông. Nhiều lúc Hoàng tự hỏi không biết chàng có thể kéo dài cuộc sống gia đình như thế này đến lúc nào? Nhất là gần đây, nơi hãng làm việc của Hoàng vừa nhận vào vài nhân viên gốc Việt. Trong số đó có Thủy. Thủy là một phụ nữ ngoài bốn mươi. Người nhỏ nhắn. Thủy tuy không đẹp, nhưng nói chuyện có duyên. Một lần, trong giờ cơm trưa, không tìm được bàn trống, Thủy đến bàn ăn của Hoàng, nàng chào:

- Hello...

Hoàng nhìn lên thẻ nhân viên đeo trên áo của Thủy rồi cười nói:

- Em người Việt?

- Dạ. Em tên Thủy. Còn anh?

- Hoàng.

Chàng vừa nói vừa chìa ra thẻ nhân viên của mình cho Thủy xem. Xong, chàng hỏi:

- Em làm ở department nào mà anh không biết?

- Em làm bên Data Analyst. Em cũng mới vào làm chừng mấy tháng nay. Còn anh?

- Anh làm bên Engineering. Bên computer engineering.

- Ồ... Hèn gì ít gặp anh.

Sau lần chào hỏi và quen biết đó, Thủy và Hoàng thường tâm sự với nhau. Hoàng biết được Thủy là chị cả trong một gia đình bảy chị em. Cả nhà Thủy định cư tại Hoa Kỳ theo diện HO và sống ở vùng Falls Church, Virginia. Lúc mới qua Mỹ, nàng đi làm để phụ giúp ba mẹ và lo cho những đứa em còn tuổi ăn học. Thủy làm việc ở một nhà hàng trong khu thương xá Eden và ban đêm phụ giúp ba mẹ dọn dẹp văn phòng ở Crystal City. Sau khi các em khôn lớn, học hành thành tài, nàng mới bỏ việc ở nhà hàng và nộp đơn đi học lại. Sau gần mười năm vừa học vừa làm, nàng cũng tốt nghiệp bằng cử nhân tại trường đại học George Mason và đã làm ở một vài nơi trước khi xin vào làm ở hãng Philip Morris này. Vì lo cho gia đình, cho em nhỏ, rồi phần bận rộn với công việc, học hành, nên tuổi thanh xuân qua mau. Lúc Thủy nhìn lại thì đã quá tuổi lập gia đình. Thời gian đầu, nhiều lần trong giờ ăn trưa, Thủy thấy Hoàng hay ăn mì gói hoặc những thức ăn đông lạnh mua từ các siêu thị. Nàng nghĩ chắc Hoàng sống độc thân nên không người lo cơm nước. Sau một thời gian tìm hiểu, Thủy mới biết Hoàng đã có gia đình, vợ và hai con. Nhiều lần, Thủy cố tình nấu thêm một phần cơm trưa mang theo, trao cho Hoàng. Gặp Hoàng ở phòng ăn của nhân viên, Thủy nói:

- Thủy sống độc thân, có mình ên... Nấu nhiều ăn không hết nên nhờ anh ăn phụ cho vui.

Lúc đầu Hoàng còn ngại, nhưng thấy Thủy chân thành, vui vẻ mời, nên dần dà chàng tự nhiên ăn thức ăn mà Thủy mang theo.

Từ ngày quen Thủy, Hoàng thích đi làm hơn. Mỗi sáng, Hoàng dậy sớm, sửa soạn quần áo chỉnh tề, thúc giục hai con chuẩn bị sớm hơn để đưa chúng đến YMCA rồi chàng chạy thẳng đến sở làm. Ở hãng làm việc, Hoàng cảm thấy vui vẻ hơn là ở trong căn biệt rộng rãi mà trống vắng. Hoàng thích được ngồi bên Thủy, trong giờ cơm trưa, được nàng chia sẻ những bữa cơm thuần Việt mà đã từ lâu Hoa không nấu cho chàng, cho gia đình. Về phần Thủy, ban đầu nàng chỉ tò mò về người bạn đồng nghiệp làm chung. Lâu dần, tình cảm của nàng dành cho Hoàng không đơn thuần là do tò mò, sự quan tâm, an ủi như trước. Dường như tình cảm đó đã trở thành tình yêu. Thủy biết Hoàng đã có vợ và hai con, nhưng sự rung động của con tim nàng khó cưỡng lại. Nàng siêng chăm chút nhan sắc và lên mạng, trên Youtube, học thêm nhiều món mới để nấu mang theo đến sở làm cho Hoàng. Với tuổi của Thủy thì tình yêu không ở cái nhìn đầu tiên, ở tiếng sét tình ái, rung động đầu đời mà đó là sự đồng điệu trong ăn uống, sự hòa quyện vào nhau giữa mùi vị của những món ăn đầy hấp dẫn như câu mà người ta thường nói Con đường ngắn nhất để đến được tình yêu là thông qua dạ dày. Từ ngày quen biết với Thủy, Hoàng dường như quên mất đi mình còn có vợ. Nhiều lúc Hoàng nghĩ, nếu không vướng bận hai con, có lẽ chàng đã dọn ra sống chung với Thủy. Và Hoàng chắc rằng Thủy sẽ vui vẻ mở rộng vòng tay đón chàng.

Hoàng giật mình khi nghe Hoa gọi:

- Anh nè...

- Ờ... Ờ... Gì vậy em?

- Anh làm gì mà giật mình vậy? Bộ mặt em dính bột hay sao mà anh nhìn chầm chập và bất thần vậy?

- Không... Không... Không có dính bột. Em nướng bánh rồi còn nhồi bột thêm chi?

- Dạ em nhồi bột để tí nữa làm bánh bao cho ba cha con mai ăn.

Hoàng đến bên Hoa, ôm choàng lấy nàng, rồi nói:

- Cám ơn em.

- Anh là vậy. Nghe đến ăn là cười tươi như hoa.

- Anh có tâm hồn ăn uống mà. Nhưng lâu nay tâm hồn đó bị héo úa vì em không nấu cho ăn. Ăn pizza riết rồi khô như miếng pizza luôn vậy đó.

- Em biết chứ. Mười năm nay em không nấu nướng gì, chỉ biết cắm đầu vô cửa tiệm mà bỏ mấy cha con ăn bữa đực bữa cái. Nhân dịp này, em sẽ nấu nướng và làm bù lại chịu không? À, mà hãng anh có đóng cửa không? Anh có cần phải làm việc không?

- Không. Anh có thể làm việc ở nhà.

- Hay quá, vậy là cả nhà mình sẽ cùng nhau ăn chung với nhau cho đến khi mùa dịch qua. Khi nào mùa dịch qua, em hứa sẽ nghỉ bớt một vài ngày để nấu cho mấy cha con anh, chịu không?

- Tuyệt vời! Đồng ý một trăm phần trăm.

Nói rồi Hoàng ôm vợ vào lòng, hôn lên má nàng. Hoàng thầm nghĩ. Cũng hên là mình chưa có gì với Thủy, làm chuyện có lỗi với Hoa. Hoàng chợt nghĩ, trong hoạ có may. Cũng nhờ có cơn dịch này mà đã đem vợ chồng chàng xích lại gần nhau hơn. Gia đình đầm ấm an vui. Và, vô tình, cơn dịch đã cứu vớt hạnh phúc gia đình Hoàng.

Cậu Bé Phi Long

Vừa xuống xe buýt, cô bé chạy vội chạy đến ôm chầm lấy tôi rồi thỏ thẻ:

- Ba ơi, con nhớ ba lắm...

Tôi hỏi cô bé:

- Hôm nay con học có vui không? Kể cho ba nghe với.

- Dạ vui lắm ba à. Con có nhiều bạn mới và trường thì lớn lắm. Con bị lạc và trễ một lớp học một chút xíu.

Cô bé vừa nói vừa đưa hai ngón tay lên làm bộ một chút xíu thôi. Tôi cười, nhìn con, rồi nói:

- Chỉ chút xíu thôi à? Rồi cô giáo có nói gì không?

- Dạ, chút xíu, nhưng không sao. Ngày đầu nên cô giáo không nói gì hết. Cô chỉ cười. À, mà trong lớp toán con có quen một bạn mới. Cũng người Việt luôn đó ba. Bạn ấy tên Phil.

- Vui vậy. Bạn có đi chung xe buýt với con không?

- Dạ không, bạn ở xa lắm, ba mẹ bạn chở bạn đi học.

Hôm nay là ngày đầu cô bé trở lại trường. Cô vừa lên trung học đệ nhất (middle school), nên mọi thứ đều mới. Cô líu lo kể cho tôi nghe đủ thứ chuyện trường lớp, thầy cô giáo, và bạn bè. Nhất là về cậu bé người Việt có tên Phil. Tôi tò mò hỏi con:

- Cậu bé Phil dễ thương lắm hả con?

- Dạ…. Con không biết.

Cô bé bẽn lẽn mỉm cười. Rồi, cô nói tiếp, như để giải thích thêm:

- Nhưng Phil tròn tròn, nhất là cái mặt như cái bánh donut vậy.

- Trời đất... Con tả bạn của con mà tròn như cái bánh donut thì chắc là… ngọt lắm.

- Ba này... Con nói thiệt mà. Để hôm nào ba gặp bạn ấy ba sẽ biết.

- Ờ... Ờ...

Tôi gặp cậu bé tên Phil ở trường trung học của con nhân ngày lễ truyền thống của các quốc gia. Trước đó mấy hôm, cô bé về nhà đưa cho tôi một lá thư tay. Từ nhỏ cô bé đã có một thói quen đó là mỗi lần muốn gì thì đều viết thư tay trao cho ba mẹ. Cô sẽ viết vào lá thư những mong muốn của mình đưa cho ba mẹ như những đứa trẻ thường làm đó là viết thư gởi cho ông già Nôen trong dịp lễ Giáng Sinh vậy. Tôi đọc thư của cô bé cho vợ nghe. Trong thư cô muốn mẹ làm cho mình hai trăm cái chả giò để đem đến trường nhân ngày lễ truyền thống của các quốc gia. Chúng tôi làm chả giò và đem lên trường cùng cô bé. Hôm đó, tôi gặp Phil và gia đình của cậu ấy. Mẹ của Phil làm món cháo gà bóp gỏi bắp cải. Gặp chúng tôi, cậu bé khoanh tay lại, cúi đầu chào.

- Dạ, con chào cô, chú.

- Chào con. Con là Phil đúng không? Cô chú nghe Levian nói về con hoài.

Cậu bé mỉm cười nhìn chúng tôi. Nụ cười của cậu rất dễ thương. Khuôn mặt cậu tròn, khi cười hai má phún phính lún đồng tiền rất sâu. Có lẽ vì vậy mà cô bé tả cậu như một cái bánh donut. Cậu bé nói tiếng Việt với chúng tôi thay vì tiếng Anh như những đứa trẻ sinh ra tại đây. Cậu bé nói:

- Dạ, con tên Phi Long. Tên Phil chỉ dùng ở trường học.

Nghe cậu bé giải thích tên của mình, tôi ngạc nhiên lẫn thích thú. Thật là một cái tên hay. Phi Long, con rồng đang bay, hay tên Phil, cho người Mỹ cũng dễ gọi. Tôi quay qua ba, mẹ của Phi Long, chào hỏi và khen:

- Chào anh chị. Anh chị dạy con khéo quá. Bé Phi Long nói tiếng Việt giỏi và dễ thương ghê.

- Cám ơn em. Cháu nói được tiếng Việt giỏi vậy là cũng nhờ ông bà ngoại và cũng nhờ đi sinh hoạt gia đình Phật Tử và học tiếng Việt ở chùa Huệ Quang đó. Chứ tụi tui bận rộn ngoài tiệm cả ngày đâu dạy dỗ gì được.

- Dạ, cháu dễ thương lắm. Thôi chào anh, chị. Tụi em dẫn bé Levian đi vòng vòng xem những gian hàng của các nước khác. Gặp anh chị sau nhé.

- Ừa... Chắc chút nữa tụi tui cũng đi một chút coi sao. Năm sau làm món gì dễ dễ khỏi mất công mình đứng ở đây để múc.

Mẹ của Phi Long trả lời. Rồi chị quay qua hỏi vợ chồng chúng tôi:

- Em làm chả giò phải không? Hồi nãy Phi Long có lấy mấy cuốn cho tụi chị. Chả giò ngon lắm. Làm chả giò để đó, người ta tự lấy được, không cần mình đứng múc và giải thích như cháo và gỏi bắp cải này.

- Dạ...

Chúng tôi rời quầy cháo gà của gia đình Phi Long để đi xem và thưởng thức những món ăn của các nước khác. Với gần hai mươi nước tham gia với vô số thức ăn và nước uống của những nước trên thế giới như Thái Lan, Ấn Độ, Mã Lai, Nhật, Hàn, Mễ Tây Cơ, Bolivia, Pháp, Đức, Đan Mạch, Ý, Ai Cập, Tây Ban Nha ...vv… vv...

Đi dạo một vòng xong, chúng tôi trở lại quày hàng chả giò của mình thì thấy hai khay chả giò cũng gần hết. Chúng tôi dọn dẹp rồi trở lại quày hàng cháo của gia đình Phi Long. Gặp lại chúng tôi, Phi Long hỏi:

- Cô, Chú … Còn chả giò không?

- Còn mấy cái đây. Con muốn ăn không?

- Dạ, cho con xin. Con thích ăn chả giò.

Chúng tôi đưa cho cậu bé. Cậu bé vừa ăn vừa len lén nhìn chúng tôi mỉm cười. Đôi má cậu đỏ hồng, phúng phính, chắc là vì trong hội trường đông người và nóng. Ăn xong, Phi Long nói chuyện với con gái chúng tôi và hai đứa đi qua khu vui chơi của ngày hội. Nồi cháo và khay gỏi bắp cải của gia đình Phi Long cũng hết.

Chúng ngồi xuống nói chuyện cùng cha mẹ cậu bé. Được biết mẹ của Phi Long sinh ở miền Trung còn ba của cậu bé ở Cà Mau. Phi Long lớn hơn con gái của chúng tôi gần một tuổi. Cậu sinh tháng mười năm trước, còn con gái của chúng tôi sinh tháng tư năm sau. Chúng tôi trò chuyện cùng cha mẹ của cậu bé đến lúc tan tiệc, dọn dẹp, rồi chia tay.

Trên đường lái xe về nhà, tôi hỏi vợ tôi:

- Em ơi, mình vô tiệm Panera ăn tối nhé?

- Anh hỏi con thử, chứ em no rồi. Hồi nãy ăn mỗi thứ một chút vậy mà no đến cành hông.

Tôi hỏi sang con:

- Levian, mình đi Panera Bread ăn soup gà bánh mì nhé?

- Dạ con cũng no luôn. Hồi nãy mình có ăn cháo gà của mẹ Phil rồi mà ba. Con không ăn soup nữa.

- Nếu hai mẹ con no rồi, thì mình về nhà vậy.

- Dạ… Mà, ba ơi...

- Gì con?

- Con nghe Phil nói ở chùa có GDPT (Gia Đình Phật Tử) vui lắm. Ba chở con và anh Hai đi nha ba?

- Để ba hỏi coi anh Hai con có thích đi không đã. Anh Hai con lúc này lớn rồi, nên không chịu đi chung với cả nhà. Suốt ngày chỉ thích ở nhà một mình nói chuyện với bạn thôi.

- Ba yên tâm đi. Con sẽ "bắt" anh Hai đi chung với con. Phil nói ở chùa có nhiều bạn bằng tuổi của tụi con, nên vui lắm.

Sau vài tuần liên lạc với các anh chị huynh trưởng của gia đình Phật Tử Huệ Quang, cả ba cha con chúng tôi cùng nhau đi sinh hoạt. Vợ tôi không chịu đi cùng. Vợ tôi muốn ở nhà nấu nướng, dọn dẹp vào ngày Chủ Nhật.

Sáng Chủ Nhật chúng tôi dậy ăn sáng rồi chuẩn bị đi đến chùa trước mười giờ. Đến chùa, chúng tôi được chị Kiều Thi, chị liên đoàn trưởng của gia đình Phật Tử, chào đón và dẫn chúng tôi vào chánh điện. Trước chánh điện, chúng tôi thấy hơn năm mươi em tuổi từ sáu đến mười tám tuổi đang ngồi thiền ở hai bên theo nam tả, nữ hữu. Cậu con trai lớn của tôi tìm chỗ trống và ngồi xuống. Cô bé Levian theo chị liên đoàn trưởng ngồi bên tay phải của chúng tôi. Đúng mười giờ sáng, ba tiếng chuông vang lên. Chúng tôi chấp tay lại ngồi thiền và hát những bài hát Phật Pháp. Sau đó chúng tôi mời bác gia trưởng và hai em giữ chuông, mõ để chuẩn bị đọc kinh và những lời nguyện trước ngôi tam bảo. Sau những hồi kinh, chúng tôi trở ra phía sau hội trường của chùa để tham gia sinh hoạt cùng các em thiếu nhi.

Gia đình Phật Tử chùa Huệ Quang được chia ra làm bốn đội, hai đội Oanh Vũ Nam và Nữ và hai đội Thanh Thiếu Nam và Nữ. Các em được xếp theo độ tuổi của mình. Các em Oanh Vũ tuổi từ sáu đến mười ba và các em Thanh Thiếu tuổi từ mười bốn đến mười tám. Con trai lớn chúng tôi vào đội Thanh Thiếu Nam, còn cô bé vào đội Oanh Vũ nữ. Còn tôi thì ngơ ngác không biết chạy đi đâu, nên chị liên đoàn trưởng gọi tôi phụ giúp làm huynh trưởng. Sau một hồi còi, các em tập họp và xếp thành bốn hàng ngay ngắn. Khẩu hiệu Huệ Quang được hô lên, các em chỉnh tề lại quần áo đồng phục để chuẩn bị làm lễ chào cờ. Bài hát Sen Trắng được cất lên trong hội trường.

Chào cờ xong, chúng tôi được chị liên đoàn gọi lên để chào đón vào gia đình Phật Tử cũng như giới thiệu tên và một vài chi tiết cá nhân như tuổi và trường học của các em. Sau đó chúng tôi chia theo lớp để học Phật Pháp và tham gia sinh hoạt vòng tròn. Những bài hát sinh hoạt hướng đạo được cất lên như "Anh Em Ta Về", "Nào Về Đây", "Bốn Phương Trời ..."

vang dội cả khán phòng. Thấy tôi vừa hát vừa vỗ tay, cậu bé Phi Long, cứ nhìn tôi tủm tỉm cười. Lúc sinh hoạt vòng tròn, cậu chạy gần bên tôi, hỏi nhỏ:

- Chú ơi, chú đi lần đầu mà sao biết hát hay dạ?

- Tại vì chú có hát lúc còn nhỏ.

- Chú giỏi quá. Tụi con hát hoài mà không thuộc bài nào. Tiếng Việt khó hát quá.

Tôi nhìn cậu bé rồi nói:

- Không khó đâu con. Mỗi ngày mình tập một vài câu, lâu dần mình sẽ thuộc thôi. Cố gắng con nhé.

- Dạ.

Đúng mười hai giờ trưa, chúng tôi đi rửa tay và chuẩn bị ăn cơm trưa. Rửa tay xong, chúng tôi đi theo Phi Long để cậu bé chỉ dẫn cách sinh hoạt của gia đình Phật Tử. Cậu bé dẫn chúng tôi đến bàn để khay đựng thức ăn, muỗng và nĩa. Phi Long nói:

- Ở đây giống như mình đi học vậy. Mình lấy cái khay này rồi múc thức ăn vào. Ăn xong mình tự rửa khay và muỗng nĩa của mình. Tí nữa ăn xong rồi con sẽ dẫn chú đi rửa chén nha.

- Vâng, cám ơn con.

Chúng tôi xếp theo hàng để lấy thức ăn. Thường cuối tuần, Phật Tử tại chùa nấu rất nhiều món ăn đem tới để cúng linh và tặng cho các em trong gia đình Phật Tử. Trên bàn có rất nhiều thức ăn, đủ món. Có nui xào, mì xào, xà lách trộn, cải xào thập cẩm, canh chua, đậu hủ kho sả chua ngọt, bánh nậm, bánh bao, bánh bột lọc, và rất nhiều thức ăn tráng miệng khác. Tôi dặn hai con:

- Ba không biết là các con ăn có quen không, các con lấy ít thôi. Ăn thử đi, nếu thích thì trở lại lấy sau, chứ đừng lấy nhiều rồi không ăn được bỏ mang tội đó nhé.

- Dạ, con biết.

Nghe tôi dặn hai con, Phi Long nhìn tôi, mỉm cười. Cậu bé nói:

- Dạ, tí nữa mọi người lấy thức ăn xong hết rồi mình mới được ăn. Trong lúc ăn không được đi lấy cho tới khi chị Thi đánh chuông.

- Ồ, vậy à... Cám ơn con.

- Dạ. *It's okay!*

Tôi nhìn qua khay của Phi Long, trong khay không có gì hết, tôi hỏi cậu bé:

- Phi Long, sao con không lấy thức ăn?

- Dạ con không thích. Con chỉ lấy cơm thôi.

Nồi cơm điện ở cuối hàng, vậy mà cậu bé vẫn kiên nhẫn xếp hàng chờ đợi cho tất cả các em đi trước lấy thức ăn chứ không cắt ngang. Tôi hỏi cậu bé:

- Con ăn cơm trắng thôi sao? Sao không thử tí rau cải hay bánh ngọt?

- Dạ con ăn cơm với nước tương và hai cái donuts.

Chúng tôi xếp hàng lấy thức ăn, đi ra đến phía sau hội trường, nơi những chiếc chiếu được trải sẵn dưới đất, rồi ngồi xuống. Chúng tôi ngồi xếp bằng trên chiếu và chờ đợi tất cả mọi người.

Ba tiếng chuông ngân lên, chúng tôi niệm Phật và đọc năm lời nguyện trước khi ăn bằng hai sinh ngữ Anh Việt. Đọc lời nguyện xong, chúng tôi nhìn chung quanh, trước, sau, mỉm cười cùng nhau và chúc ăn ngon miệng. Chúng tôi ăn trưa trong chánh niệm, trong yên lặng. Tôi đảo mắt nhìn quanh rồi dừng lại ở Phi Long. Cậu bé từ tốn ăn khay cơm của mình. Tôi thấy trong khay độ chừng hơn một tô cơm to được xịt nước tương lên trên bà hai cái bánh donuts. Tôi nhìn qua hai con, hai con còn bỡ ngỡ và có lẽ chưa quen với kiểu ngồi dưới đất, nên thức ăn còn rơi xuống chiếu. Khoảng mười lăm phút sau, chúng tôi nghe một hồi chuông nữa. Tất cả mọi người đều dừng lại và nghe chị liên đoàn trưởng dặn:

- Hít vào, thở ra... Rồi... Các em có thể đi lấy thêm thức ăn, lấy nước, và có thể nói chuyện nho nhỏ.

Mọi người nhìn nhau cười. Tôi thỏ thẻ với Phi Long:

- Tuần nào con cũng ăn giống vậy hả? Sao con không thử ăn rau, đậu?

- Dạ thường con ăn thêm canh chua, nhưng hôm nay con không ăn. Chú có ăn canh chua không? Canh chua ngon lắm đó.

- Ờ, cám ơn con. Chú chưa ăn. Để chú đi lấy nhé.

Nhìn qua hai con, tôi hỏi:

- Hai con có muốn lấy thêm thức ăn không?

- Dạ không... Dạ không…

Cô bé Levian nhìn tôi, đôi mắt như van xin điều gì. Tôi hỏi con:

- Con ăn không hết?

- Dạ, con no quá. Ba giúp con cái bánh này nhé? Nó không giống như ở nhà Mẹ làm.

Tôi mỉm cười nhìn con. Chắc con bé tưởng bánh bao mặn có trứng và thịt như mẹ con bé thường làm. Tôi cầm cái bánh bao đang ăn lỡ dở của con bé rồi ngồi xuống. Phi Long hỏi tôi:

- Chú không đi lấy canh chua sao?

- Ờ thôi khỏi. Để lần khác vậy. Chú giúp Levian ăn hết cái bánh này chắc no lắm rồi, không còn chỗ chứa nữa đâu.

Cậu bé mỉm cười.

Cơm trưa xong, chúng tôi đi theo Phi Long ra căn lều bên cạnh chùa để rửa khay thức ăn và muỗng nĩa của mình. Bên trong căn lều, tôi thấy có hai dãy bàn. Trên bàn là những khay nước ấm để sẵn. Cậu bé Phi Long hướng dẫn chúng tôi:

- Mình dùng miếng bùi nhùi này rửa khay và muỗng nĩa, sau đó nhúng vào khay số hai, ba, và bốn. Sau đó úp chúng vào trong rack. Rồi dùng khăn ấm lau tay.

Ba cha con chúng tôi chia theo hai hàng và tự rửa khay, muỗng, nĩa rồi úp vào cái khay lớn ở cuối bàn. Xong, chúng tôi trở lại hội trường để tham gia sinh hoạt vòng tròn.

Những trò chơi sinh hoạt vòng tròn nối chúng tôi lại với nhau trong tình thân của gia đình.

Đúng một giờ trưa, chúng tôi cùng nắm tay nhau hát bài ca "Kết Dây Thân Ái" để tạm biệt và hẹn gặp lại vào Chủ Nhật tuần tới.

"Dây Thân Ái lan rộng muôn nhà...
Tay sắp xa nhưng tim không xa....
Vui tươi ta biết trong lòng nhớ lòng...."

Tiểu Sử

Bút hiệu: Võ Phú (văn) & Y Thi (thơ)

Võ Phú sinh ngày 10 tháng 11 năm 1978. Sinh quán Nha Trang - Việt Nam; định cư tại Virginia, Mỹ tháng 9 năm 1994. Tốt nghiệp cử nhân Hóa và làm việc tại Virginia Commonwealth University.

- Chủ nhiệm và chủ bút tạp chí Kết Đoàn 2002-2008.
- Điều hành nhà xuất bản Kết Đoàn 2002-2004.
- *Góp mặt trong các báo, đặc san, tạp chí, thi đàn, như: Suối Nguồn, Hồn Quê, Văn Học Nghệ Thuật Liên Mạng, Kỷ Nguyên Mới, Văn Hữu, Cỏ Thơm, Ngôn Ngữ, 44 Năm Việt Nam Văn Học Hải Ngoại (1975-2019)...*

Sách đã in:

- Ngày Tháng Có Nhau (thơ - Văn Học Mới 2018)
- Vấn Vương (tập văn viết chung với Mai Ngọc Lan - Kết Đoàn 2004)
- Những Phương Trời Nhớ (thơ 10 tác giả - Kết Đoàn 2004)
- Tưởng Như Đã Mất (tập truyện - Suối Nguồn 2003)
- Đời Chia Trăm Nhánh Sông (thơ 6 tác giả - Suối Nguồn 2002)
- Rằng Ta Đang Yêu (thơ - Suối Nguồn 2001)
- Cung Ngữ (thơ 10 tác giả - Suối Nguồn 2001)

Giải thưởng văn học:

- Giải chung kết - Viết Về Nước Mỹ - Việt Báo – 2019
- Giải danh dự - Viết Về Nước Mỹ - Việt Báo – 2017
- Giải đặc biệt - Viết Về Nước Mỹ - Việt Báo – 2005
- Giải nhất thơ văn - University of Maryland - College Park - 2001

www.ingramcontent.com/pod-product-compliance
Lightning Source LLC
LaVergne TN
LVHW100040051026
849525LV00001B/172